Oreo þráhyggja

D1784802

100 ljúffengar og decadent

Oreo-undirstaða uppskriftir til að fullnægja
sætu tönninni þinni

Harpa Waage

Höfundarréttarefni ©2023

Allur réttur áskilinn

Engan hluta þessarar bókar má nota eða senda á nokkurn hátt eða á nokkurn hátt án skriflegs samþykkis útgefanda og höfundarréttarhafa, nema stuttar tilvitnanir sem notaðar eru í umsögn. Þessi bók ætti ekki að koma í staðinn fyrir læknisfræðilega, lögfræðilega eða aðra faglega ráðgjöf.

EFNISYFIRLIT

KYNNING

Ef þú ert Oreo aðdáandi, þá er þessi matreiðslubók ómissandi. Oreo Obsession inniheldur 100 skapandi og eftirlátssamar uppskriftir sem sýna þessa klassísku kex í allri sinni dýrð.

Frá Oreo ostaköku til Oreo trufflur, það er til uppskrift fyrir hvert tækifæri. Prófaðu Oreo mjólkurhristinginn fyrir sætt dekur á heitum degi, eða Oreo-fylltar súkkulaðibitakökur fyrir ívafi á klassískum eftirrétt. Og fyrir eitthvað aðeins meira einstakt mun Oreo-skorpu laxinn koma á óvart og gleðja.

Auk hefðbundinna eftirréttauppskrifta eru í matreiðslubókinni einnig uppskriftir að Oreo-innblásnum snarli og drykkjum. Heilldu gestina þína með Oreo poppinu eða sopaðu af Oreo heitu súkkulaðinu á köldu vetrarkvöldi.

Hver uppskrift kemur með leiðbeiningum sem auðvelt er að fylgja eftir og ljúffengar myndir til að veita þér innblástur. Þú munt einnig finna gagnlegar ábendingar um skipti á innihaldsefnum og geymslu, svo þú getir notið Oreo sköpunar þinnar næstu daga.

Hvort sem þú ert harður Oreo-aðdáandi eða einfaldlega að leita að eftirlátsömum eftirréttahugmyndum, þá hefur Oreo þráhyggja eitthvað fyrir alla. Vertu tilbúinn til að láta undan ást þinni á Oreos.

MORGUNMATUR OG BRUNCH

1. Oreo og rjómahaframjöl

Gerir: 1

HRÁEFNI:
- 1 bolli mjólk
- ½ bolli gamaldags hafrar
- 1 msk chiafræ
- ¼ bolli vanillujógúrt
- 2-3 Oreo smákökur, saxaðar

LEIÐBEININGAR:
a) Hitið mjólkina í litlum potti á meðalhita.
b) Bætið höfrunum og chiafræjunum út í.
c) Látið suðuna koma upp og lækkið hitann.
d) Látið malla í 4-5 mínútur, hrærið af og til.
e) Hellið í skál og toppið með jógúrt og Oreo kökum.

2. Oreo pönnukökur

Gerir: 4 skammta

HRÁEFNI:

- 1 stórt egg
- ⅔ bolli mjólk
- 2 matskeiðar olía eða brætt smjör
- 1 ¼ bolli alhliða hveiti
- 1 matskeið kornsykur
- 2 tsk lyftiduft
- ¼ teskeið salt
- 8 mulið Oreo

LEIÐBEININGAR:

a) Í blöndunarskál, þeytið egg, mjólk og olíu þar til það hefur blandast vel saman.

b) Bætið hveiti, sykri, lyftidufti og salti ofan á blautu hráefnin. Hrærið létt saman áður en hrært er í blautt hráefni. Blandið aðeins þar til það hefur blandast saman, ekki ofblanda.

c) Brjótið mulið Oreos saman við.

d) Hitið pönnu yfir meðalhita. Smyrjið með smjöri, olíu eða nonstick matreiðsluúða ef þess er óskað. Bætið deiginu á pönnu með um ¼ bolla ausum, dreifið í jafnt lag ef þarf.

e) Eldið í 3-4 mínútur eða þar til loftbólur birtast og pönnukökur virðast þurrar í kringum brúnirnar.

f) Snúið við og eldið í 2-3 mínútur í viðbót eða þar til gullinbrúnt og eldað í gegn.

3. Bakaðar Oreo kleinuhringir

Gerir: 10 kleinur

HRÁEFNI:
- 1 bolli alhliða hveiti
- ½ bolli pakkaður ljós púðursykur
- ⅓ bolli ósykrað kakóduft
- ½ tsk salt
- ¾ tsk lyftiduft
- ½ tsk matarsódi
- 1 stórt egg
- ½ bolli hvers konar mjólk
- ¼ bolli brædd kókosolía eða jurtaolía
- 1½ tsk vanilluþykkni
- 6 Oreo kex, muldar í mola
- Rjómaostur

LEIÐBEININGAR:
a) Forhitið ofninn í 350°F.
b) Sprautaðu létt á tveimur 6-talna kleinuhringjapönnum með eldunarúða sem festist ekki. Setja til hliðar.
c) Blandið saman hveiti, púðursykri, kakódufti, salti, lyftidufti og matarsóda í stóra skál. Setja til hliðar.
d) Í meðalstórri skál, þeytið egg, mjólk, kókosolíu og vanilluþykkni þar til það er slétt. Hellið blautu hráefnunum hægt í hveitiblönduna og hrærið þar til það hefur blandast saman. Deigið verður mjög þykkt.
e) Blandið muldum Oreo-kökunum varlega saman við
f) Setjið blönduna með skeið í stóran ziplock poka og skerið oddinn af neðsta horninu.
g) Hrærið blönduna í tilbúnar kleinuhringjapönnur.
h) Bakið í 8-10 mínútur, eða þar til kleinurnar eru orðnar örlítið stífar.
i) Takið úr ofninum og kælið alveg áður en frosti er bætt við.
j) Til að undirbúa frosting, þeytið rjómaostinn og smjörið þar til það er slétt.
k) Bætið við mjólk, vanilluþykkni og flórsykri.

l)   Þeytið þar til það er slétt og nær tilætluðum samkvæmni og sætleika.

m) Bætið við meiri mjólk og/eða flórsykri ef þarf.

n)   Taktu hvern kleinuhring og dýfðu honum hálfa leið í frostinginn og stráðu síðan muldum Oreo-kökum yfir.

4. Oreo vöffla

Gerir: 3 vöfflur

HRÁEFNI:
- 170 g sjálfrísandi hveiti
- 1 tsk lyftiduft
- 1 matskeið laxersykur
- 1 tsk Vanilla
- 1 egg
- 250 ml mjólk
- 10 Oreo kökur

LEIÐBEININGAR:

a) Bætið hveiti, sykri og lyftidufti í stóra blöndunarskál og hrærið saman þar til það er jafnt dreift.

b) Bætið eggi, vanillu og helmingi af mjólkinni í blöndunarskálina og þeytið saman.

c) Bætið síðan afganginum af mjólkinni út í og þeytið saman þar til það er jafnt dreift.

d) Bætið muldum Oreos út í vöffludeigið og blandið saman við deigið.

e) Kveiktu á vöffluvélinni og helltu blöndunni á vöffluvélina.

f) Eldið vöffluna samkvæmt leiðbeiningum vöffluframleiðandans , það tekur mig venjulega innan við 5 mínútur að verða tilbúnar.

g) Fjarlægðu soðnu vöffluna varlega úr vöffluvélinni og plötuðu hana: berið fram með ís, meira hakkað Oreos og gullsírópi.

5. Oreo morgunverðarkrem

Gerir: 4 skammta

HRÁEFNI:
- 1 bolli hveiti
- 3 egg
- 1 bolli mjólk
- 1 ¼ bolli vatn
- ⅛ teskeið salt
- Oreo kex
- Fyllingar fyrir crepes: Nutella, hindberjasulta, þeyttur rjómi

LEIÐBEININGAR:
a) Bætið eftirfarandi **INNIHALDSEFNUM:** í blöndunarskálina: eggjum, hveiti, vatni, mjólk og salti.

b) Blandið með því að nota búrfestinguna þar til það er slétt, Látið síðan deigið hvíla í 5 mínútur eða allt að 24 klukkustundir í ísskápnum.

c) Hitið og smyrjið pönnuna með ½ teskeið af olíu.

d) Hitið 5 tommu pönnu þar til hún er heit.

e) Settu eina Oreo kex á miðja pönnuna.

f) Hellið um ¼ bolla af deigi utan um Oreo kexið.

g) Eldið í 1 til 2 mínútur, þar til crepeið er gullið á botninum.

h) Notaðu hníf eða spaða til að lyfta crepeinu og snúðu því fljótt við.

i) Eldið seinni hliðina í um það bil ½ mínútu eða þar til hún er gullin.

j) Fylltu hvert crepe með fyllingu að eigin vali.

k) Dreifðu Nutella í kringum Oreo og rúllaðu því í strokk.

6. Oreo Biscotti

HRÁEFNI:
BISCOTTI
- 6 matskeiðar ósaltað smjör við stofuhita
- ⅔ bolli kornsykur
- ½ tsk salt
- 3 tsk vanilluþykkni
- 1 ½ tsk lyftiduft
- 2 stór egg
- 2 bollar alhliða hveiti
- 18 súkkulaðisamlokukökur grófsaxaðar

TOPPING
- 4 aura af hvítu súkkulaði brotið í bita
- ½ matskeið grænmetisstytt
- Einungis 3 súkkulaðisamlokukökur smákökuhluti, síðan fínmuldar
- 3 matskeiðar hvítur skreytingarsykur

LEIÐBEININGAR:
a) Hitið ofninn í 350 gráður F. Klæðið bökunarplötuna með pergamenti.
b) Blandið saman sykri, smjöri, salti, vanilluþykkni og lyftidufti í skál með rafmagnshrærivél þar til það er slétt.
c) Bætið eggjum við og þeytið til að blanda saman.
d) Á lágum hraða, bætið hveiti hægt út í og blandið þar til það er slétt.
e) Hrærið söxuðum Oreos saman við.
f) Skiptið deiginu í tvennt. Skelltu á bökunarplötuna og mótaðu í 2 stokka um 9" x 2".
g) Bakið í 25 mínútur.
h) Fjarlægðu biscotti úr ofninum og lækkaðu ofnhitann í 325 gráður F.
i) Kælið á ofnplötu í um 15 mínútur.
j) Skerið stokkana í ½" – ¾" sneiðar.
k) Setjið sneiðarnar á brún bökunarplötunnar.

l) Bakið í 25-30 mínútur í viðbót eða þar til þær eru gullnar. Eldið lengur fyrir stökkara biscotti og styttri tíma fyrir mýkri biscotti.

m) Takið úr ofninum og kælið alveg á vírgrind.

n) Ef skreytt er: Setjið kælt biscotti á bökunarpappírsklædda ofnplötu, þétt saman á kantinum.

o) Setjið hvítt súkkulaði og styttingu í litla skál og hitið í örbylgjuofni með 10-20 sekúndna millibili þar til það er rétt bráðnað. Hrærið á milli millibila. Hvítt súkkulaði brennur auðveldlega, svo fylgstu vel með súkkulaðið til að ofelda það ekki.

p) Hellið bræddu súkkulaði í renniláspoka og innsiglið. Skerið pínulítið af einu horninu.

q) Dreifið toppunum af biscottinu með bræddu súkkulaði.

r) Stráið toppunum strax yfir skreytingarsykri og/eða fínmöluðum Oreos.

s) Geymið í loftþéttu íláti við stofuhita. Þessi biscotti haldast ljúffengur í að minnsta kosti 4 vikur.

7. Súkkulaði Oreo kanilsnúðar

Gerir: 4 skammta

HRÁEFNI:
KANEL RÚLUDEIG

- ¼ bolli heitt vatn
- 2 matskeiðar púðursykur
- 2¼ teskeiðar instant ger
- 2 ¾ bollar alhliða hveiti
- 2 matskeiðar kornsykur
- ½ tsk salt
- 3 matskeiðar ósaltað smjör, brætt
- ½ bolli mjólk að eigin vali
- 1 stórt egg

OREO KANILRULL SÚKKULAÐI FYLLING

- ¼ bolli kakóduft
- ⅔ bolli mjólk að eigin vali
- 1 ½ bolli dökkt súkkulaðibitar
- 3 matskeiðar ósaltað smjör
- 24 Oreos, mulið
- 1 klípa af sjávarsalti
- Rjómaostur gljáa

LEIÐBEININGAR:
DEIG

a) Í lítilli blöndunarskál, þeytið heitu vatni, púðursykri og ger saman við.

b) Hyljið með hreinu eldhúsþurrku og setjið til hliðar til að virkja. Þú munt vita að gerið þitt er virkjað þegar litlar loftbólur birtast á yfirborði blöndunnar.

c) Hrærið saman hveiti, sykri, salti, smjöri, mjólk og eggi í sérstakri stórri blöndunarskál.

d) Þegar gerið þitt hefur verið virkjað skaltu bæta því við stóru hrærivélarskálina ásamt hinum **HRÁEFNUNUM:** og hræra þar til það kemur saman.

e) Hyljið hreint, flatt yfirborð með hveiti og notið hveitihúðaðar hendur til að hnoða deigið í 3 mínútur. Deigið þitt verður klístrað, haltu áfram að bæta hveiti við hendurnar og yfirborðið eftir þörfum.

f) Setjið deigið aftur í skálina og hyljið það með hreinu eldhúshandklæði til að lyfta sér í um það bil tíu mínútur.

FYLLING

g) Bætið mjólk, kakódufti, dökkum súkkulaðibitum og smjöri í stóra, örbylgjuþolna skál. Hitið í örbylgjuofni í 1,5-2 mínútur þar til súkkulaðibitarnir eru bráðnir. Þeytið þar til slétt. Bætið við klípu af salti.

h) Myljið Oreos í matvinnsluvél þar til það er fínt ryk.

i) Þegar deigið hefur tvöfaldast að stærð skaltu bæta við meira hveiti á yfirborðið og nota hveitistráðan kökukefli til að rúlla deiginu út í rétthyrnt form, um það bil 9 x 12 tommur.

j) Helltu Oreo súkkulaðifyllingunni yfir deigið og notaðu spaða til að dreifa því jafnt yfir yfirborðið og skildu eftir um ½ tommu brún á öllum hliðum. Stráið muldum Oreos ofan á í þykku lagi.

k) Vinna frá styttri hliðinni, notaðu tvær hendur til að byrja að rúlla deiginu þétt frá þér, þar til þú ert eftir með strokk, um 12 tommur að lengd.

l) Skerið strokkinn þinn í 6 jafna hluta, um það bil 2 tommur á breidd til að búa til 6 einstaka kanilsnúða.

m) Bættu kanilsnúðunum þínum í 11,5 tommu fermetra bökunarform og skildu eftir um það bil tommu á milli hverrar rúllu.

n) Hyljið með hreinu eldhúsþurrku og leyfið rúllunum að hvíla í um 90 mínútur eða þar til þær tvöfaldast að stærð.

o) Forhitaðu ofninn þinn í 375°F og bakaðu í 25-30 mínútur þar til topparnir á rúllunum þínum eru gullbrúnir.

p) Leyfðu Oreo-kanilsnúðunum þínum að kólna í um það bil 10 mínútur áður en þú bætir kreminu við. Njóttu!

8. Oreo ískaffi

Gerir: 1 ískaffi

HRÁEFNI:
- ½ bolli kaffi
- ½ bolli nýmjólk
- 2 heilir Oreos
- 5 Oreo kremstöðvar

LEIÐBEININGAR:
a) Hellið heitu, nýlaguðu kaffi yfir tvær fullar Oreo smákökur.
b) Látið standa í nokkrar mínútur þar til kökurnar hafa brotnað niður. Hrærið til að kökurnar leysist upp að fullu.
c) Látið kaffiblönduna í gegnum sigti.
d) Á lítilli pönnu við vægan hita, hitið Oreo-miðjurnar og mjólkina, hrærið til að bræða Oreo-rjómamiðjurnar. Ekki láta mjólkina sjóða. Hitið aðeins þar til miðjurnar hafa bráðnað.
e) Takið pönnuna af hellunni og látið blönduna kólna í nokkrar mínútur.
f) Blandið Oreo kaffiblöndunni saman við mjólk og Oreo rjómablönduna í glasi fyllt með ís.
g) Toppið með þeyttum rjóma og auka Oreo kex mola.

9. Oreo hvítt heitt súkkulaði

Gerir: 5

HRÁEFNI:

- 4 ½ bollar nýmjólk
- ⅔ bolli sætt þétt kókosmjólk
- ⅔ bolli af hvítum súkkulaðiflögum
- ½ tsk vanilluþykkni
- 1 tsk af kex- og rjómasírópi
- 8 Oreo smákökur
- þeyttur rjómi til skrauts

LEIÐBEININGAR:

a) Bætið mjólk, sætri þéttri mjólk, vanillu og smákökum og rjómasírópi í stóran pott yfir meðalhita.

b) Fjarlægðu fyllinguna úr Oreo kökunum þínum og bætið kremfyllingunni við hráefnin í potti. Setjið kökur til hliðar til seinna. Bætið hvítum súkkulaðibitum á pönnuna.

c) Þeytið **HRÁEFNI:** í pottinum þar til hvítu súkkulaðiflögurnar eru alveg bráðnar.

d) Hellið rjúkandi hvítu heitu súkkulaði í krús og toppið með rausnarlegum skál af þeyttum rjóma.

e) Endið með muldum Oreo smákökum.

10. <u>Hnetusmjör Oreo Granola</u>

Gerir: 3½ bollar

HRÁEFNI:
- 1 ½ bolli gamaldags hafrar
- ¼ bolli chiafræ
- 1 bolli hnetur, helmingaðar eða saxaðar
- 15 Oreos, hakkað
- ½ bolli duftformað hnetusmjör
- ¼ bolli olía
- 2 matskeiðar dökk púðursykur
- 1 eggjahvíta
- ¾ bolli súkkulaðibitar

LEIÐBEININGAR:
a) Hitið ofninn í 300 gráður og klæddu tvær bökunarplötur með bökunarpappír
b) Í stórri skál, blandaðu saman höfrum, chia fræjum, hnetum, Oreos og duftformi hnetusmjörs
c) Í lítilli skál, þeytið saman olíu og púðursykur
d) Hellið vökvanum yfir hafrana og hrærið svo höfrarnir verði jafnhúðaðir
e) Þeytið eggjahvítan í sömu skál og notuð var fyrir olíuna þar til hún freyðir. Bætið við skálina og hrærið
f) Dreifið hafrablöndunni jafnt yfir pönnurnar tvær
g) Bakið í 20 mínútur og hrærið í blöndunni. Bakið í 15 - 20 mínútur í viðbót, hrærið á nokkurra mínútna fresti til að tryggja að það brenni ekki
h) Takið úr ofninum og kælið á bökunarplötum
i) Þegar það er alveg kólnað skaltu hræra súkkulaðibitunum saman við

11. Oreo franskt brauð

Gerir: 3 skammta

HRÁEFNI:
- 3 stór egg
- ¼ bolli mjólk
- 1 tsk vanilluþykkni
- 10 Oreos, mulið
- 6 sneiðar brioche
- 4 matskeiðar ósaltað smjör, til steikingar

LEIÐBEININGAR:
a) Brjótið eggin í grunna skál og bætið mjólkinni og vanilluþykkni út í.
b) Þeytið þar til slétt og setjið til hliðar.
c) Myljið Oreos og bætið þeim í aðra grunna skál. Helst, þú munt hafa nokkrar Oreos muldar í fínt ryk með nokkrum stærri klumpur eftir.
d) Bætið um 2 msk af smjöri á stóra pönnu og hitið við meðalhita.
e) Vinndu hratt, dýfðu einni brauðsneið í einu í eggjaþvottinn, hyldu báðar hliðar og færðu hana síðan í skálina þína með muldu Oreo.
f) Færðu síðan húðaða brauðið yfir á heita pönnu þína og steiktu í um það bil 3 mínútur á hvorri hlið.
g) Endurtaktu fyrir allar 6 brauðsneiðarnar, bætið smjöri á pönnuna eftir þörfum.
h) Setjið franskt ristað brauð á bökunarplötu klædda bökunarpappír eða margnota bökunarmottu og haldið heitu í ofni við 200°F þar til tilbúið er til framreiðslu.

12. Oreo Tiramisu

Gerir: 6 skammta

HRÁEFNI:
- 6 eggjarauður
- ½ bolli ofurfínn sykur
- 2 bollar espressó
- 2 tsk hreint vanilluþykkni
- 16 aura mascarpone ostur við stofuhita
- 2 bollar þeyttur rjómi
- 32 Oreos
- 2 matskeiðar ósykrað kakó til að rykhreinsa

LEIÐBEININGAR:
a) Blandið eggjarauðum saman við strásykur í glerskál og setjið skálina yfir pott með sjóðandi vatni.
b) Haltu áfram að þeyta eggjarauður og sykurinn í 8-10 mínútur þar til eggjahræran nær 160°F.
c) Sykur bráðnar og þú sérð engin sykurkorn lengur í blöndunni.
d) Takið af hitanum og leyfið því að kólna aðeins. Þetta er gert til að gerilsneyða eggin.
e) Þeytið mascarpone með vanillu í sérstakri skál með rafmagnshrærivél þar til það er rjómakennt og vel blandað. Þeytið heitu eggjarauðublönduna út í og setjið til hliðar.
f) Þeytið ferskan þungan rjóma í sérstakri skál þar til meðalstórir toppar eru og blandið þeim síðan varlega saman við mascarponeblönduna.
g) Auðveldasta leiðin til að dýfa Oreo í kaffið er að nota miðlungs grunna skál.
h) Dýfðu Oreos fljótt og raðaðu þeim í eitt lag í 8 tommu fermetra pönnu.
i) Smyrjið helmingnum af kreminu yfir fyrsta lagið af Oreos, fylgt eftir með öðru lagi af dýfðum Oreos og loks toppið með afganginum af kreminu.
j) Setjið plastfilmu yfir og kælið í ísskáp í að minnsta kosti 3-4 klukkustundir og helst yfir nótt.

k) Notaðu fínmöskvaða sigti til að dusta toppinn ríkulega með kakódufti rétt áður en það er borið fram.
l) Skerið í 12 bita og berið fram.

13. Oreo brauð

Gerir: 12

HRÁEFNI:

- 2 bollar hveiti
- 2 tsk lyftiduft
- ¼ teskeið salt
- 15 matskeiðar ósaltað smjör, mjúkt
- 1⅓ bollar sykur
- 2 stór egg
- 1 tsk vanilluþykkni
- ½ bolli mjólk
- 15 Oreos, í fjórðungi

LEIÐBEININGAR:

a) Hitið ofninn í 350 gráður.
b) Smyrðu 9 tommu við 5 tommu brauðform og klæddu það með smjörpappír.
c) Blandið saman hveiti, lyftidufti og salti í sérstakri skál.
d) Notaðu hrærivél og blandaðu mjúku smjöri saman við sykurinn.
e) Bætið eggjum og vanillu saman við og blandið vel saman.
f) Blandið hveitiblöndunni smám saman við deigið.
g) Blandið mjólkinni saman við deigið.
h) Bætið ¾ af Oreos út í deigið og hrærið.
i) Hellið deiginu í brauðformið þitt.
j) Stráið afgangnum af Oreos ofan á deigið.
k) Hyljið brauðformið með álpappír og bakið í 30 mínútur.
l) Afhjúpaðu og bakaðu í 30 mínútur til viðbótar.
m) Látið kólna áður en það er tekið úr brauðforminu.

14. Oreo kex brauð

Gerir: 14 skammta

HRÁEFNI:
- 1 pund brauð
- ¾ bolli Mjólk
- 1 egg
- 3 matskeiðar Sykur
- ¾ teskeið Salt
- 2 bollar Brauðhveiti
- 1½ tsk ger
- ¾ bolli Oreo kex, mulið
- 1 1/2 pund brauð
- 1 bolli Mjólk
- 1½ egg
- 5 matskeiðar Smjör
- ¼ bolli sykur
- 1 tsk Salt
- 3 bollar Brauðhveiti
- 2½ tsk ger
- 1 bolli Oreo kex, mulið

LEIÐBEININGAR:
a) Bakið í samræmi við leiðbeiningar framleiðanda, bætið Oreos út í meðan á rúsínubrauðinu stendur, eða fimm mínútum áður en lokahnoðið er lokið.

15. Oreo heitt súkkulaði

HRÁEFNI:

- 1 tsk sykur
- 1 msk Nutella smur
- Eftir þörfum Hershey síróp fyrir skreytingar
- 1 bolli mjólk

LEIÐBEININGAR:

a) Blandið mjólkursykri og Nutella og Hershey sýrópi á pönnu og hitið í einhvern tíma

b) Skreyttu nú flöskuna með súkkulaðisírópi

c) Hellið heitri mjólk í flöskuna og ljúffengt heitt súkkulaði er tilbúið til framreiðslu.

SNILLINGAR OG FORréttir

16. No-Bake Oreo Bars

Gerir: 9 stórar stangir

HRÁEFNI:

- 16 aura tvöfaldir fylltir Oreos, gróft saxaðir
- 10,5 aura lítill marshmallows
- 4 matskeiðar saltað smjör, stofuhita

LEIÐBEININGAR:

a) Sprautaðu 8×8 tommu bökunarform með eldunarúða sem er ekki stafur eða klæddu það með smjörpappír. Setja til hliðar.

b) Blandið saman marshmallows og smjöri í stórri örbylgjuþolinni skál.

c) Bræðið marshmallows og smjör í örbylgjuofni með 30 sekúndna millibili, hrærið á milli, þar til bráðið, um það bil 2 mínútur.

d) Bætið söxuðum Oreos við marshmallowblönduna og hrærið.

e) Hellið blöndunni í tilbúna 8×8 tommu pönnuna og þrýstið á pönnuna með spaða.

f) Toppið með fráteknum söxuðum Oreo-kökum.

g) Settu pönnu í kæli til að stífna í að minnsta kosti 2 klukkustundir, allt að yfir nótt.

17. Oreo kex fitusprengjur

Gerir: 15

HRÁEFNI:
- ⅓ bolli súkkulaði próteinduft
- 2 matskeiðar kókosmjöl
- 2 matskeiðar þurrkuð kókos
- 4 matskeiðar kókosmjólk
- 1 matskeið kakóduft
- 1 tsk kanill
- 1 tsk engiferduft
- 1 msk súkkulaðibitar
- 2 matskeiðar muldar Oreo kex
- ¾ bolli hvítt súkkulaði

LEIÐBEININGAR:
a) Þeytið kókosmjölið, próteinduftið, kanil, engiferduft, þurrkað kókos og kakóduft í stóra blöndunarskál. Hrærið kókosmjólkinni saman við þar til hún er að fullu innifalin. Blandið súkkulaðibitunum saman við þar til þau hafa blandast vel saman.
b) Hyljið skálina með plastfilmu og setjið hana í kæliskáp í 30 mínútur, eða þar til blandan hefur stífnað aðeins. Eftir að þú hefur tekið skálina úr ísskápnum skaltu rúlla blöndunni í litlar kúlur. Útbúið bökunarplötu með því að klæða hana með bökunarpappír.
c) Settu kúlurnar á bökunarplötu og settu þær í frysti í 10 mínútur til að stífna. Bræðið hvíta súkkulaðið í tvöföldum katli.
d) Takið kúlurnar úr frystinum og hjúpið hverja með hvítu súkkulaði einni í einu. Stráið örlitlu magni af muldum Oreo-kökum ofan á til að klára.
e) Setjið kúlurnar í kæliskápinn í 1 klukkustund til að þær geti storknað.
f) Undirbúið réttinn og berið gestum þínum fram.

18. Jarðarberjarís Krispie Oreo sælgæti

Gerir: 18

HRÁEFNI:
- 4 bollar Rice Krispies korn
- 3 bollar lítill marshmallows
- ¼ bolli innrennsli smjör
- 1 kassi Jarðarberjahlaup
- 2 bollar af söxuðum Golden Oreos

LEIÐBEININGAR:
a) Klæðið 8x8 fermetra pönnu með filmu og úðið létt með eldunarúða. Setja til hliðar.
b) Í 3 lítra pönnu, bræddu kannabissmjörið og marshmallowið við meðalhita.
c) Hrærið Jell-O blöndunni saman við.
d) Hrærið þar til það er blandað og blandið síðan Rice Krispies og Golden Oreos saman við.
e) Þrýstið blöndunni í tilbúna pönnu.
f) Látið kólna í að minnsta kosti 2 klukkustundir áður en skorið er í stangir og borið fram.

19. Loftsteikt Oreos

Gerir: 9

HRÁEFNI:

- 9 Oreo smákökur
- 1 hálfmánar lak rúlla

LEIÐBEININGAR:

a) Skelltu hálfmánanum og dreifðu honum á borðið. Klæðið og skerið með hnífnum 9 jafna ferninga.

b) Fáðu þér 9 smákökur og pakkaðu þeim inn í þá ferninga.

c) Forhitaðu Air fryer í 360 gráður. Settu vafraðar smákökur í eitt lag og eldið í 4 mínútur, hrist og snúið til hálfs.

d) Stráið flórsykri eða kanil yfir ef vill og njótið!

20. Oreo pizza

Gerir: 8 skammta

HRÁEFNI:
- 21 aura fituskert brownie blanda
- 1½ bollar Oreo smákökumola með minni fitu
- 1 bolli lítill marshmallows
- ¼ bolli valhnetur, saxaðar
- ¼ bolli Reese's Pieces hnetusmjörsnammi

LEIÐBEININGAR:
a) Forhitið ofninn í 350, undirbúið 14" pizzupönnu með eldunarúða og leggið til hliðar.

b) Undirbúið brownie mix deig samkvæmt leiðbeiningum á pakka, hrærið kexmylsnu saman við.

c) Dreifið deiginu í tilbúna pönnu. Bakið í 18 mínútur eða þar til það er tilbúið.

d) Stráið marshmallows yfir heita brúnkökuna.

e) Bakið í 3 mínútur í viðbót eða þar til marshmallows er léttbrúnt.

a) Stráið hnetum og nammi yfir og þrýstið létt í mjúka marshmallows.

b) Kælið aðeins á vírgrindinum.

21. Oreo kúlur

Gerir: 35 skammta

HRÁEFNI:
- 16 aurar Oreos, skipt
- 8 aura af rjómaosti, mildaður

LEIÐBEININGAR:
a) Myljið 9 Oreos í blandara og setjið til hliðar.
b) Myljið 36 Oreos sem eftir eru.
c) Þeytið rjómaost þar til sléttur er og bætið við 36 muldum Oreos
d) Þeytið þar til það hefur blandast vel saman
e) Mótið í 1 tommu kúlur og rúllið síðan í mulið Oreos sem eftir er
f) Geymið í kæli þar til það er stíft

22. Smákökur og nammi snakk blanda

Gerir: 10 bollar

HRÁEFNI:

- 10 aura lítill súkkulaðibitakökur
- 7½ únsa Oreos í bitastærð
- 3 bollar sælgætissmámyndir, pakkið upp
- 1½ bolli M&M's, venjuleg eða hneta

LEIÐBEININGAR:

a) Blandið öllu hráefninu saman í stóra skál og hrærið varlega saman.

b) Geymið í vel lokuðu íláti.

23. Oreo baklava

Gerir: 4 skammta

HRÁEFNI:
- 2 pakkar af kældu filo sætabrauði
- 150 g valhnetur
- 150 g Oreos
- 1 matskeið kanillduft
- 250 g af smjöri
- 200 ml af vatni
- 400 g af strásykri
- 1 matskeið sítrónusafi

LEIÐBEININGAR:
a) Hitið ofninn í 180 °C heitt loft og smyrjið bökunarformið vel.
b) Setjið innihald fyrsta pakkans af filodeigi í bökunarformið.
c) Myljið valhneturnar ásamt Oreos- og kanilduftinu í matvinnsluvél og dreifið blöndunni yfir filo-sneiðarnar sem þú varst að setja í ofnformið.
d) Setjið innihald hinna pakkans af filo deigið yfir hnetu-Oreo-blönduna og skerið í filo-deigið í botninn á bökunarforminu.
e) Bræðið smjörið og hellið smjörinu yfir allt innihald ofnformsins og bakið baklava í miðjum ofni í 30-35 mínútur þar til það er gullbrúnt og tilbúið.
f) Á meðan er sírópið búið til. Setjið vatn, sykur og sítrónusafa í pott og látið suðuna koma upp. Látið kúla vel þar til allur sykurinn hefur bráðnað.
g) Hellið sykursírópinu yfir baklavaið um leið og það kemur úr ofninum og látið það kólna alveg áður en það er borið fram.

24. Oreo dýfa

Gerir: 12 skammta

HRÁEFNI:
- 18 Oreo smákökur
- 8 aura af rjómaosti mildaður
- 1 bolli flórsykur
- 1 teskeið
- 2 bollar þeyttur rjómi þiðnaður

LEIÐBEININGAR:
a) Settu Oreo-kökurnar í poka með rennilás og notaðu kökukefli til að mylja kökurnar í litla bita.
b) Í stórri blöndunarskál, notaðu handþeytara eða hrærivél til að blanda saman rjómaostinum, púðursykrinum og vanillu.
c) Notaðu spaða til að blanda þeyttum rjómanum varlega saman við.
d) Brjótið mulið Oreos saman við.
e) Flyttu yfir í skál og berðu fram með uppáhalds dipperunum þínum.

25. Oreo mochi

Gerir: 15 Oreo mochi

HRÁEFNI:
FYRIR MOCHI:
- 100g mochiko/glutinous hrísgrjónamjöl
- 1 msk ósykrað kakóduft
- 40g sykur
- 200ml vatn

FYRIR FYLLINGU:
- 50ml þungur rjómi/þeyttur rjómi
- 80 g rjómaostur (eins og Philadelphia)
- 3 Oreo kökur
- 30 g sykur

LEIÐBEININGAR:
a) Byrjið á fyllingarkreminu: _ þeytið þeytta rjóma og sykur þar til mjúkir toppar myndast. Bætið við rjómaosti og blandið vel saman. Setja til hliðar.

b) Fjarlægðu rjómalagið innan í Oreo kökunum. Myljið kökurnar. Bætið svo oreo molunum út í rjómablönduna.

c) Útbúið "kísillformið" (hér notaði ég 4cm 15 holu mót í þvermál). Setjið oreo fyllingarkremið í hvert gat.

d) Fletjið yfirborðið út með skeið eða eitthvað annað sem ykkur líkar. Sett í frysti þar til það er frosið. Ég geri það venjulega einum degi áður en ég vil borða mochi.

e) Mochi tími! Þegar kremið er frosið skaltu byrja að útbúa mochi-blönduna: Blandaðu saman hveiti, kakódufti og sykri í örbylgjuofnþolinni glerskál. Hrærið til að blanda saman. Bætið vatninu hægt út í og hrærið með eggjaþeytara þar til það er slétt. Hyljið skálina létt með matarfilmu.

f) Hitið blönduna í örbylgjuofn í 1 mínútu. Hrærið svo deigið með spaða. settu það aftur í örbylgjuofninn í eina mínútu í viðbót og hrærðu létt. Settu það aftur í örbylgjuofninn í 30 sekúndur núna (ekki 1 mín!) og hrærðu. Og svo einu sinni enn í örbylgjuofn í 30 sekúndur og hrærið svo. Blandan ætti nú að vera mjög þykk og hálfgagnsær.

g) Flyttu mochi deigið yfir á vinnuflötinn þinn sem er hveitistráður með katakuriko/kartöflusterkju. Farðu varlega, það er mjög heitt svo þú ættir að nota spaða. Skerið mochi í 15 jafna bita. Ekki gleyma að klæða höndina með katakuriko/kartöflusterkju.

h) Taktu einn af þessum hlutum með höndum þínum og flettu hann út í hring. Takið svo frosna oreo rjómafyllingu úr frystinum og setjið í miðjan mochi diskinn. Takið rjómafyllingarnar eina í einu úr frystinum þar sem þær bráðna og mýkjast fljótt.

i) Dragðu saman brúnirnar á deigskífunni til að hylja rjómakúluna. Þrýstið saman brúnunum til að loka vel. Sléttu mochi-ið út með því að rúlla því á rykið.

j) Geymið í ísskáp áður en þið berið fram :)

26. Mar shmallow Oreo sælgæti

Gerir: 20

HRÁEFNI:
- 9 bollar Oreo mulið
- 8 matskeiðar saltað smjör
- 10 bollar lítill marshmallows skipt

LEIÐBEININGAR:

a) Klæðið 9×13 tommu bökunarform með bökunarpappír og setjið til hliðar.

b) Bættu Oreos í stóran Ziploc poka og notaðu kökukefli til að mylja þau, settu til hliðar.

c) Bræðið smjörið og 8 bolla af marshmallows í stórum potti við lágan hita þar til það er slétt.

d) Takið af hitanum og bætið muldum Oreos og marshmallows út í pottinn og hrærið þar til það er jafnt húðað.

e) Færið blönduna yfir í bökunarformið og þrýstið blöndunni varlega ofan í pönnuna.

f) Leyfðu þeim að standa við stofuhita í að minnsta kosti 1 klukkustund áður en þær eru skornar í sneiðar.

27. Oreo Blondies

Gerir: 1 5 skammta

HRÁEFNI:

- 2¼ bollar alhliða hveiti
- 1 tsk kosher salt
- ½ tsk matarsódi
- ¾ bolli brætt smjör
- 1 bolli kornsykur
- ½ bolli pakkaður púðursykur
- 2 stór egg
- 1 tsk hreint vanilluþykkni
- 1½ bolli Smákökur & rjómakonfekt, saxað og skipt
- 1½ bolli Oreos, saxað og skipt

LEIÐBEININGAR:

a) Hitið ofninn í 350°. Klæddu 9"-x-13" pönnu með smjörpappír, skildu eftir 2" yfirhengi á öllum hliðum. Blandið saman hveiti, salti og matarsóda í stóra skál og setjið til hliðar.

b) Þeytið bráðið smjör og sykur saman í skál rafmagnshrærivélar þar til það er blandað saman, bætið síðan eggjum og vanillu saman við og þeytið vel, skafið niður hliðarnar ef þarf. Bætið hveitiblöndunni hægt út í og blandið þar til það hefur blandast saman. Brjótið saman 1 bolla af söxuðum sælgæti og söxuðum Oreos.

c) Dreifið deiginu jafnt á tilbúna pönnu og toppið með afganginum af sælgæti og smákökum.

d) Bakið ljóskur þar til brúnirnar eru aðeins gullnar, um 22 mínútur. Látið kólna á pönnu í 10 mínútur, takið síðan á kæligrindi og látið kólna alveg áður en það er skorið í sneiðar.

28. Red Velvet Oreo kex Barir

Gerir: 16

HRÁEFNI:

- 1 kassi rauðflauelskökublanda
- 1 stórt egg
- ½ bolli smjör, brætt
- 2 matskeiðar mjólk
- ¼ teskeið kosher salt
- 16 Oreos
- 7 Hershey's Cookies 'N' Creme Bars
- Brædd súkkulaði, til að drekka

LEIÐBEININGAR:

a) Forhitið ofninn í 350° og klæddu smjörpappír á 9"-x-9" pönnu. Blandið saman kökublöndu, eggi, smjöri, mjólk og salti í stóra skál. Blandið þar til blandast saman. Setjið deigið í tilbúið eldfast mót og sléttið toppinn. Leggðu niður Oreos í sléttu lagi. Þrýstið niður á Oreos þannig að þeir séu jafnir með deiginu.

b) Bakið þar til tannstöngull sem stungið er í miðjuna kemur út að mestu hreinn, um 30 til 35 mínútur. Látið kólna alveg.

c) Setjið ópakkaða sælgætisstangir í miðlungs örbylgjuofnaskál. Örbylgjuofn á 50 prósent afli þar til sælgætisstöngin eru bráðnuð. Hellið bræddum sælgætisstöngum yfir brúnkökuna og sléttið í jafnt lag með offsetspaða.

d) Látið hefast í kæliskáp í 10 mínútur. Dreypið bræddu súkkulaði yfir og kælið í 5 mínútur í viðbót. Skerið í ferninga og berið fram.

29. Glorio smákökur

Gerir: 6 skammta

HRÁEFNI:
- 18 aura djöfulsins matarkökublanda
- 2 matskeiðar Vatn
- 2 matskeiðar matarolía
- ¼ bolli Beiskt kakóduft
- 1 Umslag óbragðbætt gelatín
- ¼ bolli kalt vatn
- 1 bolli Crisco
- 1 tsk Vanilla
- 1 pund Púðursykur +1 bolli

LEIÐBEININGAR:
a) Blandaðu smákökum taktu litlar kúlur rúllaðu þeim í hendurnar settu í kökuplötu bakaðu 350 í 10 til 15 mínútur látið kólna og settu í fyllingu.

30. Oreo crumble kaka

Gerir: 1 skammtur

HRÁEFNI:

- 1 tugur Oreo kex
- ¼ pund smjörlíki
- 3 hrærð egg
- ¾ bolli hnetur (pekanhnetur)
- 1 bolli súkkulaðibitar
- ½ lítri ís (vanillu)
- 2 bollar Púðursykur

LEIÐBEININGAR:

a) Myljið smákökur í plastpoka og setjið í 9 13 tommu pönnu. Bræðið súkkulaðibitana og smjörlíkið og hellið smá í 3 hrærð egg og eldið í 1 eða 2 mínútur, hellið svo restinni af súkkulaðiblöndunni út í.

b) Bætið flórsykri og hnetum út í og hellið yfir smákökumolana. Frystið þar til það er hart.

c) Mýkið ½ lítra ís og þeytið. Hellið súkkulaði yfir og frystið.

d) Farðu út 15 mínútum áður en borið er fram til að skera.

31. Heimabakaðar oreo smákökur

Gerir: 50 smákökur

HRÁEFNI:

- 1 pakki Djöflamatarkökumix
- 2 egg
- 2 matskeiðar jurtaolía
- 2 matskeiðar; Vatn
- ½ bolli súkkulaðidrykkjaduft
- 1 pakki gelatín, óbragðbætt
- 1 bolli Grænmetisstyttur
- 4½ bolli sykur, sælgæti
- 1 tsk Vanilla

LEIÐBEININGAR:

a) Blandið saman kökublöndu, eggjum, vatni, olíu og súkkulaðidrykksdufti og mótið í kúlu. Látið standa í 20 mín. Mótið deig í ½" kúlur og setjið á smurðar kökur. Fletjið þær út með sléttum botni drykkjarglass, smurðar einu sinni og dýfið í súkkulaðidrykksduftið í hvert skipti. Bakið við 400 gráður í átta mínútur. Fjarlægið kökurnar strax og strax fletja út með bakinu á spaða.

b) Látið kólna í 20 mín. Gerir 100 helminga.

c) Til að fylla, setjið gelatín í hitaþéttan bolla. Bætið ¼ bolla af köldu vatni, hrærið vel og setjið í pott með heitu vatni þar til blandan tærir og gelatínið er mýkt. Þeytið stytingu þar til það er loftkennt. Bætið sykri smám saman út í og þeytið í 10 mínútur. Blandið vanillu út í, blandið kældu gelatínblöndunni út í. Dreifið um 1 tsk fyllingu á milli tveggja smáköku.

d) Þrýstið varlega saman þannig að fyllingin komi að brúnum á smákökum.

e) Kælið þar til það er stíft.

32. DIY oreo kex

Gerir: 1 skammtur

HRÁEFNI:
KAKKA
- 1 Askja Duncan Hines Dark Dutch
- Fudge köku blanda
- ⅓ bolli Vatn
- 2 matskeiðar stytting

FYLLING
- 3½ bolli Púðursykur
- ½ matskeið kornsykur
- ½ tsk vanilluþykkni
- ½ bolli stytting
- 3 matskeiðar Heitt vatn

LEIÐBEININGAR:
a) Forhitaðu ofninn í 325 gráður F.
b) Blandið öllu hráefninu í kexið með rafmagnshrærivél og hnoðið síðan með höndunum þar til það er orðið eins og deigið.
c) Myndaðu deigið í kúlur um ¾ tommu í þvermál og þrýstu flatt ½ tommu í sundur á smurðar kökuplötur. Bakið í 4 til 6 mínútur, eða þar til kökurnar eru stökkar.
d) Látið kökurnar kólna á plötunum.
e) Þegar kökurnar kólna skaltu sameina fyllingarefnin vel með rafmagnshrærivél.
f) Myndaðu fyllinguna í kúlur með höndunum í um það bil ½ til ¾ tommu í þvermál.
g) Setjið fyllingarkúlu í miðjuna á sléttu hliðinni á kældri köku og þrýstið með annarri köku, flatri hliðinni niður, þar til fyllingin dreifist út á brúnina.

33. Mini oreo töfrandi pizza

Gerir: 8 skammta

HRÁEFNI:
- 1 pakki 7,5 oz Mini Oreo smákökur
- 1 pakki 16 oz brownie blanda
- 1 bolli Miniature marshmallows
- ⅓ bolli Hakkaðar valhnetur
- ⅓ bolli sælgætishúðuð hnetusmjörskonfekt

LEIÐBEININGAR:
a) Pantaðu 20 smákökur. Útbúið brownie blanda samkvæmt leiðbeiningum á pakka. Hrærið afganginum af kökunum saman við. Dreifið deiginu í smurt 12" pítsuform. Bakið við 350F í 18-20 mínútur eða þar til það er tilbúið.

b) Stráið marshmallows yfir toppinn á heitu brúnkökunni; bakið í 3-5 mínútur í viðbót eða þar til marshmallows eru ljósbrúnar. Stráið hnetum, sælgæti og afganginum af smákökum yfir og þrýstið létt ofan í mjúka marshmallows. Kælið aðeins á grind. Skerið í báta; berið fram heitt eða kalt.

34. Djúpsteikt Oreos

HRÁEFNI:

- Oreos
- 1 bolli alhliða hveiti
- 1/2 tsk vanilluþykkni
- 2 tsk lyftiduft
- 1/2 tsk salt
- 3 msk sykur
- 3/4 nýmjólk
- 1 egg þeytt
- 2 msk brætt smjör

LEIÐBEININGAR:

a) Frystið Oreos í að minnsta kosti 2 klukkustundir eða yfir nótt.
b) Hrærið saman hveiti, lyftidufti, salti og sykri í skál.
c) Í meðalstórri skál, þeytið saman mjólk, egg, vanilluþykkni og bræddu smjöri.
d) Bætið blautu hráefnunum út í þurrt og þeytið.
e) Takið frystina fram nokkra í einu. Notaðu skeið eða tannstöngli og helltu í deigið og hristu aðeins.
f) Steikið í 1 til 1 og 1/2 mínútu á hvorri hlið á miðlungs hita.
g) Toppið með flórsykri yfir og berið fram heitt og njótið!

35. Cardamon djúpsteiktar oreo kúlur

Gerir: 4 skammta

HRÁEFNI:

- 1 1/2 bollar alls kyns hveiti
- 1 msk kardimonuduft
- 3 msk Sykur
- 1/4 msk Salt
- 1/2 (1 bolli) vatn
- 1/2 (1 bolli) vatnsmjólk
- 2 egg
- 1 1/2 bollar Brauðrasp
- 1/4 msk kanill
- 1/2 (1 lítri) matarolía
- 3 litlir Oreo pakkar eða 1 stór Oreo pakki

LEIÐBEININGAR:

a) Í skál, bætið alhliða hveitinu út í og bætið kardimónunni, sykri og salti út í

b) Blandið öllum þurrefnunum saman við. Bætið heitu vatni og mjólk út í og blandið deiginu saman við.

c) Blandið hveitinu saman við vökvana um leið og þið hnoðið deigið þar til það verður stíft.

d) Þegar það er tilbúið skaltu láta það liggja undir lokinu í nokkurn tíma í um 20 mínútur þar til það er orðið mjúkt. Þegar deigið er orðið mjúkt skaltu skipta því í tvo hluta. Fletjið hvert deig út á sléttu yfirborði, eitt í einu.

e) Setjið fjóra Oreo's ofan á útrúllaða deigið og skerið útrúllaða deigið í fjóra hluta utan um Oreo's.

f) Settu hvern Oreo bita í miðju hvers af fjórum skornum bitum. Brjótið síðan deigið utan um oreoið til að mynda kúlulíkt form. Gerðu það sama fyrir seinni hluta deigsins þar til allar kúlur hafa myndast.

g) Í tveimur aðskildum diskum, í einum, hellið brauðmylsnunni út í og bætið kanilnum út í og blandið saman við brauðmylsnuna.

h) Brjóttu eggin tvö á annan diskinn og þeytið eggin

i) Dýfðu rúlluðu kúlunum í eggin og klæddu þær síðan með brauðmylsnu um leið og þú setur hverja til hliðar á sérstakan disk. Gerðu þetta fyrir allar rúlluðu kúlur. Hellið matarolíu á pönnu og leyfið henni að hitna.

j) Þegar olían er tilbúin skaltu dýfa rúlluðu kúlunum í olíuna og steikja hvora hlið í um 3 mínútur á hvorri hlið þar til hún er vel elduð.

k) Djúpsteikið allar rúlluðu kúlurnar þar til þær eru allar vel soðnar. Þegar þau eru tilbúin skaltu bera þær fram með nokkrum Oreo kexum.

36. Bananasmjörsmjúkar bollakökur

HRÁEFNI:

- 102 g Alhliða hveiti
- 1/4 tsk lyftiduft
- Fínt salt
- 1 banani
- Oreo
- Flórsykur
- 2 stykki egg
- 67 g sykur
- 170 g ósaltað smjör
- Bananaþykkni
- 59 ml mjólk

LEIÐBEININGAR:

a) Þeytið hveiti, lyftiduft og salt saman í meðalstórri skál

b) Í annarri skál, þeytið eggin og sykurinn með þeytara þar til létt og froðukennt, um það bil 2 mínútur...á meðan þeytið er hellt smám saman út í brædda smjörið og þykkið síðan út í

c) Á meðan hrært er hægt, bætið við helmingnum af hveitiblöndunni. Bætið síðan allri mjólkinni út í.

d) Skiptið deiginu Jafnt í tilbúnu bollakökuformin

e) Bakið þar til kökubragðið sem stungið er í miðjuna á bollunum kemur hreint út. Leyfið þeim að kólna, frostið síðan og berið fram.

37. Oreo súkkulaði kleinuhringur

Gerir: 5 kleinuhringi

HRÁEFNI:

- 2 litlir pakkar Oreo kex með súkkulaðikremi
- 1 stór pakki Oreo kex með hvítu kremi
- 2-3 tsk mjólk
- 100 gr dökkt súkkulaði
- 1 msk smjör
- 1 msk heit mjólk til að blanda saman við kexkrem

TIL SKRETTINGAR

- eftir þörfum Litlar sykurkúlur
- eftir þörfum Súkkulaði Vermicelli
- eftir þörfum Stjörnu sykurkúlur

LEIÐBEININGAR:

a) Fyrst af öllu skaltu skilja rjómann af báðum bragðtegundum frá Oreo kexinu. Taktu síðan þessar kex í hrærivélarkrukku og myldu í duft. Færðu það nú yfir í aðra skál.

b) Bætið nú mjólk smátt og smátt út í þetta kexduft og búið til deigið. Gerðu nú hringlaga kúlur úr þessu deigi og þrýstu þeim í kleinuhringjaform og gerðu gat á milli.

c) Bætið nú 1-1 tsk af heitri mjólk út í kexkremið af báðum bragðtegundum og blandið vel saman og bræðið rjómann.

d) Bræðið nú dökka súkkulaðið í tvöföldum katli, bætið smjöri út í og blandið vel saman. Svo, merkið mun koma í súkkulaðið. Dýfðu síðan öllum kleinunum í þetta brædda súkkulaði og hjúpaðu þá og settu á diskinn. Smyrjið nú tvo kleinuhringi með hvítu kexikremi, dreifið nú öðrum kleinuhring með súkkulaðikremi af kexi. Skreytið það nú að vild og berið fram.

e) Nú er Instant Oreo súkkulaði kleinuhringurinn okkar tilbúinn til að bera fram.

38. Oreo súkkulaðikúlur

HRÁEFNI:

- 15 stykki oreo súkkulaðikex
- 4 matskeiðar volg mjólk
- 1 matskeið ólífuolía
- 1 lítill pakki af mjólkurdufti
- eftir þörfum Súkkulaðiblöndu
- samkvæmt kröfu Hvítt sesam til skrauts

LEIÐBEININGAR:

a) Fjarlægðu fyrst kremið af kexinu. Gerðu fínt duft úr kex.

b) Kremið verður slétt með höndum og búið til litlar kúlur. Bætið við olíu, mjólkurdufti í kexdufti.

c) Gerðu nú þétt deig með hjálp mjólkur. Mjólk blandað rólega saman við deigið. Taktu nú smá deig í hönd, flettu það í kringlótt form, taktu eina rjómabolta, settu það í miðjuna og hyldu það.

d) Gerðu þetta mjög mjúklega. Geymið þær á smjöri eða hvaða pappír sem er. Bræðið nú súkkulaðið í fljótandi formi í örbylgjuofni. (Við getum tekið það áætlað magn)

e) Dýfðu kúlunni í bráðið súkkulaði og haltu henni á servíettupappír með hjálp gafflis. Stráið hvítu sesam yfir það.

f) Geymið það til hliðar til að setja það rétt eða þurrt. Auðveldar, ferskar og samstundis tilbúnar súkkulaðikúlur.

39. Ósléttar Oreo kökukúlur

Gerir: 36 skammta

HRÁEFNI:

- 1 pund súkkulaðisamlokukökur, muldar
- 1 (8 aura) pakki rjómaostur, mildaður
- 1 pund sælgætishúð með vanillubragði, brætt

LEIÐBEININGAR

a) Settu kremkökurnar í lítra stóran poka og fjarlægðu allt loftið. Myljið kökurnar í fínt duft með því að nota hendurnar eða kökukefli. Þú getur líka notað matvinnsluvél.

b) Flyttu kexmylsnuna í stóra hrærivélaskál og bættu mjúka rjómaostinum út í. Blandið vel saman.

c) Klæðið bakka eða bökunarplötu með bökunarpappír. Myndaðu deigið í litlar (1 tommu) kúlur og settu á bökunarplötuna. Frystið oreo kúlurnar í 20 til 30 mínútur.

d) Dýfðu kúlunum í bráðna sælgætishúðina. Leyfðu kúlunum að kólna á vaxpappírsfleti. Geymið í kæli þar til það er tilbúið til að borða.

EFTIRLITUR

40. <u>Red Velvet Ice Box Oreo Pie</u>

Gerir: 8 stykki

HRÁEFNI:

- 2 bollar muldar súkkulaðioblátukökur eða súkkulaði graham kex
- ½ bolli smjör brætt
- ¼ bolli kornsykur
- 12,2 aura pakki af Red Velvet Oreo smákökum
- 8 aura af rjómaosti, mildaður
- 3,4 únsa kassi af instant ostakökubúðingblöndu
- 2 bollar nýmjólk eða hálf og hálf
- 8 aura af frosnu þeyttu áleggi

LEIÐBEININGAR:

a) Forhitið ofninn í 375°F. Sprettu létt yfir 9 tommu djúpum bökudisk með eldunarúða.

b) Blandið smákökumylsnunni, smjöri og sykri í litla skál. Blandið vel saman og þrýstið svo á botninn og hliðarnar á tertudiskinum. Bakið í 15 mínútur eða þar til stíft. Kælið alveg.

c) Geymið 5 heilar smákökur til að skreyta og setjið afganginn í plastpoka sem hægt er að loka aftur.

d) Myljið kökurnar. Setja til hliðar.

e) Notaðu hrærivél í meðalstórri blöndunarskál til að kremja saman rjómaostinn, búðinginn og mjólkina. Þeytið í 2-3 mínútur eða þar til rjómakennt, loftkennt og slétt.

f) Brjótið þeytta áleggið og muldar smákökurnar saman í fyllinguna með höndunum. Dreifið í kælda skorpuna.

g) Skreyttu toppinn með afganginum af þeyttu álegginu og heilum kökum að vild.

h) Kælið í að minnsta kosti 4 klukkustundir áður en það er borið fram.

41. Oreo Custard ís

Gerir: 2 lítra

HRÁEFNI:
- 1 uppskrift af súkkulaðiís eða ríkum vanilluís, kældum en ekki frosnum
- 10 Oreo kex, brotnar

LEIÐBEININGAR:
a) Hellið súkkulaði- eða vanilluísblöndunni í skál vélarinnar og frystið í 10 mínútur, bætið Oreos út í.
b) Haltu áfram að frysta.

42. Oreo & rjómaís

Gerir: 1 ½ lítra

HRÁEFNI:
- 1 bolli nýmjólk
- ⅓ bolli ofurfínn sykur
- 1 tsk hreint vanilluþykkni
- 1 ½ bolli þungur rjómi
- 1 bolli mulið Oreo kex

LEIÐBEININGAR:
a) Við vægan hita, hitið mjólk, sykur og vanillu saman í potti og hrærið þar til sykurinn hefur leyst upp. Látið kólna, kælið síðan í kæli.
b) Þeytið rjómann þar til hann er þykkur og þeytið síðan kældu mjólkurblönduna út í. Hellt í ísvél og unnið eftir leiðbeiningum framleiðanda.
c) Frystið þar til ísinn er næstum stífur, bætið þá molnakökum saman við og hrærið varlega. Setjið ísinn í frysti í um það bil 15 mínútur áður en hann er borinn fram.
d) Geymið í frysti í allt að 3 mánuði og takið út 15 mínútum áður en það er borið fram til að mýkjast.

43. Ovaltine & Oreo ís

Gerir: 1 Quart

HRÁEFNI:
- Ísbotn
- ½ bolli Ovaltine duft
- 1 bolli muldar Oreo kex

LEIÐBEININGAR:
a) Undirbúðu auða botninn samkvæmt leiðbeiningunum.
b) Hrærið botninn saman með blöndunartæki þar til hann er sléttur og kremkenndur.
c) Bætið við Ovaltine og haltu áfram að blanda þar til það er alveg uppleyst.
d) Hellið í ísvél og frystið samkvæmt leiðbeiningum framleiðanda .
e) Þegar ísinn er búinn að frysta skaltu brjóta smákökubitana varlega saman við.
f) Geymið í loftþéttu íláti og frystið yfir nótt.

44. Baileys Oreo ostakaka

Gerir: 4 skammta

HRÁEFNI:

FYRIR SKORPAN:

- 2 bollar Oreo kex mola
- 5 matskeiðar ósaltað smjör, brætt

FYRIR ostakökufyllingu:

- Þrír 8 aura pakkar af rjómaosti-mýktum
- 1 ⅓ bollar sykur
- ¼ bolli maíssterkju
- 3 egg
- 1 ½ tsk vanilluþykkni
- ½ bolli Baileys írskur rjómi

FYRIR SÚKKULAÐI GANACHE:

- 1 ¼ bolli þungur rjómi
- 12 aura hálfsætt baksturssúkkulaði saxað

LEIÐBEININGAR:

a) Hitið ofninn í 350 gráður.

b) Blandið saman Oreo mola og bræddu smjöri, þrýstið blöndunni í 9" springform og bakið í 8-10 mínútur, setjið til hliðar til að kólna.

c) Þegar skorpan er kæld, vefjið pönnuna með tveimur lögum af álpappír og færið álpappírinn upp með hliðum pönnunnar.

d) Með rafmagnshrærivél, blandaðu rjómaosti og sykri á meðalhraða þar til það er slétt.

e) Bætið maíssterkju út í og haltu áfram að blanda þar til það er fullkomlega blandað saman, minnkið hraðann í lágmark og bætið eggjum út í einu í einu, bætið svo vanilluþykkni og Baileys út í.

f) Hellið deiginu í tilbúið form og setjið í steikarpönnu, fyllið steikarformið um það bil fjórðung af leiðinni með heitu vatni og bakið við 350 gráður í 55-65 mínútur, snúið einu sinni á miðri leið.

g) Fjarlægðu springformið úr vatnsbaðinu og settu það á kæligrind til að kólna, fjarlægðu síðan álpappírinn og geymdu í kæli.

h) Þegar það er alveg kólnað skaltu renna þunnum hníf í kringum brúnina og taka hringinn af springforminu.

i) Bræðið saxað súkkulaði yfir tvöföldum katli þar til það er alveg slétt og hefur enga kekki, hrærið síðan þungum þeyttum rjóma saman við.

j) Dreifið aðeins ⅔ af ganachinu og setjið kökuna í frysti í 5-10 mínútur til að harðna ganachið.

k) Takið kökuna úr frystinum og hitið restina af ganachinu aftur en í þetta skiptið á hún að vera slétt svo hægt sé að hella henni yfir kökuna til að fá slétt og glansandi yfirborð.

l) Til að halda gljáanum á ganachinu látið kólna við stofuhita og geymið síðan kökuna í ísskápnum.

45. Oreo muffins

Gerir: 1 skammt

HRÁEFNI:
- 1¾ bolli alhliða hveiti
- ½ bolli Sykur
- 1 matskeið lyftiduft
- ½ tsk Salt
- ¾ bolli Mjólk
- ⅓ bolli Sýrður rjómi
- 1 egg
- ¼ bolli smjörlíki, brætt
- 20 Oreo súkkulaði samlokukökur, grófar

LEIÐBEININGAR:
a) Blandið saman hveiti, sykri, lyftidufti og salti í meðalstórri skál og setjið til hliðar.
b) Blandið saman mjólk, sýrðum rjóma og eggi í litla skál og hrærið saman við hveitiblönduna með smjörlíki þar til það er bara blandað saman.
c) Hrærið smákökum varlega saman við.
d) Skeið deigi í 12 smurða 2½ tommu muffinsformbolla.
e) Bakið við 400F í 20 til 25 mínútur.
f) Takið af pönnunni og kælið á grind. Berið fram heitt eða kalt.

46. <u>Oreo vöfflupopp</u>

Gerir: 20

HRÁEFNI:
- 2 bollar Bisquick
- 1 ⅓ bolli mjólk
- 2 matskeiðar jurtaolía
- 1 egg
- Matreiðsluprey, fyrir vöfflujárn
- popsicle prik

FYRIR KONFETTÍVÖFLU
- brætt hvítt súkkulaði
- regnbogaskraut

FYRIR SÚKKULAÐI BANANAVAFFLUR
- smá súkkulaðibitar
- Niðurskornir bananar
- brætt hnetusmjör

FYRIR COOKIES N' CREAM VAFFLUR
- brætt súkkulaði
- mulið Oreos

LEIDBEININGAR:
a) Forhitið vöfflujárnið. Í stórri skál, þeytið saman Bisquick, mjólk, olíu og egg.
b) Smyrðu vöfflujárnið með matreiðsluúða. Hellið deiginu í vöffluformið og setjið ísspinnar strax ofan á. Hyljið popsicle prik með meiri deigi. Lokið og eldið þar til vöfflur eru gullnar. Takið varlega úr vöffluforminu með gaffli.
c) Til að gera konfettívöfflur: Dreypið vöfflum með bræddu hvítu súkkulaði og toppið með strái.
d) Til að búa til súkkulaðibananavöfflur: Dreypið vöfflum með bræddu hnetusmjöri og skreytið með litlu súkkulaðiflögum og bananasneiðum.
e) Til að búa til smákökur og rjómavöfflur: Dreypið vöfflum með bræddu súkkulaði og stráið mulið Oreos yfir.

47. Ban ana Oreo ostakaka

Gerir: 8

HRÁEFNI:
- 200 g Oreos
- 60 g ósaltað smjör
- 3 bananar skornir í sneiðar

ÁFLAG:
- 200 ml tvöfaldur rjómi
- 1 poki af Vege Gel
- 400 g rjómaostur
- 1 tsk vanilluþykkni
- 120 g flórsykur
- 50 g Oreos brotinn

SKREYTA
- 50 g Oreos til að skreyta brotinn

LEIÐBEININGAR:
a) Klæðið 20 cm springform með bökunarpappír.
b) Settu 200 g af Oreos í 2 matarpoka úr plasti og möldu með kökukefli til að mynda mola.
c) Bræðið smjörið á pönnu við vægan hita og hrærið síðan Oreo molunum saman við.
d) Hellið molablöndunni í formið og fletjið jafnt út.
e) Dreifið bananasneiðunum yfir botninn.
f) Þeytið rjómann með þeytara þar til hann myndar mjúka toppa.
g) Búið til Vege hlaupið með því að stökkva því yfir 200 ml af köldu vatni og hræra það síðan að suðu á pönnu.
h) Setjið til hliðar til að kólna í 5 mín.
i) Setjið rjómaostinn, sykur og vanilludropa í skál og blandið vel saman og blandið svo rjómanum saman við.
j) Hellið grænmetishlaupinu út í og þeytið með stórum þeytara þar til það hefur blandast vel saman við.
k) Brjóttu inn brotnu Oreos.
l) Hellið blöndunni á kexbotninn og sléttið úr með spaða.
m) Kældu í ísskáp í að minnsta kosti 3 klukkustundir til að stífna.

n) Þegar það er sett skreytið ostakökuna með brotnum Oreos.

48. Oreo ostakaka

HRÁEFNI:

- 19,1 únsa pakki af Oreo kökum, skipt
- 6 matskeiðar smjör, brætt
- Fjórir 8 aura pakkar af rjómaosti mýkt
- ¾ bolli sykur
- 1 tsk vanillu
- 8 aura pottur Cool Whip Whipped Topping, þíða

LEIÐBEININGAR:

a) Settu um 15 af kökunum í lítra stærð Ziploc poka. Myljið kökurnar með kökukefli.

b) Setjið afganginn af kökunum í matvinnsluvél þar til þær eru orðnar fínt muldar.

c) Blandið saman við smjör.

d) Settu fínmuldar smákökurnar á botninn á 13×9 tommu pönnu.

e) Þrýstu þeim jafnt út til að mynda skorpuna. Geymið í kæli.

f) Næst skaltu blanda rjómaostinum, sykri og vanillu saman í hrærivél eða með handþeytara.

g) Blandið þar til það er vel blandað.

h) Hrærið þeyttu áleggi og söxuðum smákökum varlega saman við.

i) Hellið deiginu yfir skorpuna og dreifið jafnt yfir. Þekja.

j) Geymið í kæli í 4 klukkustundir eða þar til það er stíft.

49. Funfetti Oreo afmæliskaka ostakaka

Gerir: 12-14

HRÁEFNI:
SKORPU
- 25 Gullafmæliskaka Oreos
- 2-3 matskeiðar stráið yfir
- ¼ bolli smjör, brætt

FYLLING
- 24 aura rjómaostur, stofuhita
- ½ bolli sykur
- 1 tsk vanilluþykkni
- 1 bolli Funfetti kökublöndu, ristað
- 2 matskeiðar mjólk
- 8 aura flott svipa
- 1 ½ bolli Gullafmæliskaka Oreo mola
- 7–10 Gullafmæliskaka Oreo, saxað
- 6 matskeiðar stráið yfir

ÞEYTTUR RJÓMÁLAG
- ¾ bolli þungur þeyttur rjómi, kaldur
- 6 matskeiðar flórsykur
- ½ tsk vanilluþykkni
- Gullafmæliskaka Oreo mola, valfrjálst
- Gullafmæliskaka Oreos, skorin í tvennt

LEIÐBEININGAR:
a) Til að búa til skorpuna skaltu bæta Oreos og stráinu í matvinnsluvél.
b) Púlsaðu þar til þær mynda mola.
c) Blandið saman Oreo molunum og stráinu með bræddu smjöri og hrærið saman þar til það hefur blandast vel saman.
d) Þrýstu molunum í botninn og hálfa leið upp á hliðarnar á 9 tommu springformi. Setjið í kæli til að stífna.
e) Til að búa til fyllinguna skaltu blanda rjómaostinum og sykrinum saman í stórri skál með hrærivél þar til slétt og vel blandað saman.

f) Bætið vanilluþykkni, kökublöndu og mjólk út í og blandið þar til það hefur blandast vel saman.
g) Bætið Cool Whip saman við.
h) Bætið Oreo molunum, söxuðum Oreos og strái saman við og hrærið varlega þar til það hefur blandast vel saman.
i) Dreifið fyllingunni jafnt í skorpuna og sléttið toppinn. Setjið í kæli þar til það er stíft, 4-5 klst.
j) Takið ostakökuna af pönnunni.
k) Til að búa til þeytta rjómaáleggið skaltu bæta þungum rjóma, flórsykri og vanilluþykkni í stóra skál. Þeytið á miklum hraða þar til stífir toppar myndast.
l) Snúðu þeyttum rjóma um toppinn á ostakökunni. Setjið fleiri Oreo mola og Oreo helminga ofan á, ef vill.
m) Geymið í kæli þar til tilbúið er til framreiðslu.

50. Cadbury Egg og Oreo smámunir

Gerir: 4

HRÁEFNI:

- 3,4 aura kassi af vanillubúðingi
- 1 bolli köld mjólk
- 1 dós af sætri þéttri mjólk
- 8 aura pottur Flott svipa, skipt
- 2 bollar mjólkursúkkulaðiflögur
- 1 bolli þungur rjómi
- 3 bollar hakkað Oreos
- Cadbury creme egg, til skrauts

LEIÐBEININGAR:
GERÐU PUDDING:
a) Í stórri skál, þeytið saman búðingblönduna, mjólkina og sykraða þétta mjólkina. Látið hefast í 5 mínútur, hrærið oft þar til blandan hefur þykknað.

GERÐU GANACHE:
b) Í litlum potti yfir miðlungs hita, hitið þungan rjóma að vægum suðu. Bætið mjólkursúkkulaðiflögum í meðalstóra skál og hellið svo heitum þungum rjóma ofan á. Látið standa í 3 mínútur, þeytið síðan þar til súkkulaðið hefur bráðnað og blandan er slétt. Látið kólna að stofuhita.

SAMLAÐU FRÆÐI:
c) Bætið jöfnu lagi af söxuðum Oreos í botninn á 4 stórum múrkrukkum. Setjið jafnt lag af búðingblöndunni ofan á, dreifið mjólkursúkkulaðiganache yfir búðinginn og setjið síðan Cool Whip ofan á. Endurtaktu til að búa til annað lag af hverju hráefni.

d) Geymið í kæli þar til tilbúið er til framreiðslu.

51. Oreo myntu ís

Gerir : 4 skammtar

HRÁEFNI:

- ⅔ bolli Oreo smákökur, gróft saxaðar
- 2 egg
- ¾ bolli sykur
- 2 bollar þungur eða þeyttur rjómi
- 1 bolli Mjólk
- 2 tsk Piparmyntuþykkni

LEIÐBEININGAR:

a) Setjið kökurnar í skál, hyljið þær og kælið þær í kæli.

b) Þeytið eggin í blöndunarskál þar til þau eru létt og ljós, 1 til 2 mínútur.

c) Þeytið sykurinn út í, smá í einu, og haltu áfram að þeyta þar til hann er alveg blandaður, um 1 mínútu í viðbót.

d) Hellið rjóma og mjólk út í, þeytið saman. Bætið piparmyntuþykkni út í og blandið vel saman við.

e) Flyttu blönduna yfir í ísvél og frystu, fylgdu leiðbeiningum framleiðanda.

f) Eftir að ísinn hefur stífnað, um það bil 2 mínútur, bætið við söxuðum smákökum og haldið áfram að frysta þar til ísinn er tilbúinn.

g) Látið standa til að þroskast og harðna.

52. M ousse torte með oreo skorpu

Gerir: 1 skammt

HRÁEFNI:
- 24 Oreo kökur
- ¼ bolli ósaltað smjör, brætt
- ¾ bolli Þeyttur rjómi
- 8 aura hálfsætt súkkulaði, saxað
- 1 pund hvítt súkkulaði, saxað
- 3 bollar Kældur þeyttur rjómi
- 1 pakki af óbragðbætt gelatíni
- ¼ bolli Vatn
- 1 tsk vanilluþykkni
- Saxaðar Oreo kex

LEIÐBEININGAR:
FYRIR SKORPA:
a) Smjör 10" springform í þvermál með 2¾" háum hliðum.
b) Myljið smákökur í örgjörva. Bætið bræddu smjöri út í og blandið þar til það hefur blandast saman. Þrýstið skorpublöndunni í botninn á tilbúnu pönnunni. Látið rjóma sjóða í þungum meðalstórum potti. Dragðu úr hita niður í lágan. Bætið súkkulaði saman við og þeytið þar til það er bráðnað og slétt. Hellið súkkulaðiblöndunni yfir skorpuna. Slappaðu af.

TIL FYLLINGAR:
c) Blandið saman hvítu súkkulaði og 1 bolla af rjóma ofan á tvöföldum katli. Hrærið yfir sjóðandi vatni þar til það er bráðnað og slétt. Fjarlægðu ofan af vatni. Kælt til varla volgt. Stráið gelatíni yfir ¼ bolla af vatni í þungum litlum potti. Látið standa í 5 mínútur til að mýkjast. Hrærið við vægan hita þar til gelatínið leysist upp. Hellið í stóra skál. Bætið 2 bollum sem eftir eru af rjóma og vanillu saman við og hrærið saman.
d) Þeytið rjóma-gelatínblönduna í mjúka toppa. Blandið hvítu súkkulaðiblöndunni saman við.
e) Hellið fyllingu í skorpuna. Geymið í kæli þar til fyllingin hefur stífnað, að minnsta kosti 6 klukkustundir eða yfir nótt.

f)   Hlaupa lítinn, beittan hníf um hliðar pönnu til að losa um torte.
g)   Losaðu pönnuhliðarnar. Stráið söxuðum kökum ofan á.

53. Oreo baka

Gerir: 8 skammta

HRÁEFNI:
- 1 9 tommu graham eða Oreo skorpa
- 8 aura pakki af rjómaosti mildaður
- 1 bolli Púðursykur
- 8 aura pakki af instant vanillubúðingi
- 16 aura ílát Cool Whip
- 1½ bolli Mjólk
- 20 Oreo smákökur, muldar
- 1 tsk Vanilla

LEIÐBEININGAR:
a) Þeytið rjómaost og sykur saman.
b) Í annarri skál, þeytið búðing og mjólk þar til það er þykkt.
c) Bætið köldum þeytara og vanillu út í búðinginn.
d) Bætið rjómaostablöndunni út í búðingsblönduna, hrærið vel.
e) Setjið kexmylsnuna og búðinginn í skorpuna, byrjið á lagi af kexmola og geymið nóg af kexmola til að hylja toppinn.

54. R hubbarbar með Oreo smákökum

Gerir: 1 skammt

HRÁEFNI:

- ⅓ bolli Vatn
- ⅔ bolli sykur
- 1¼ pund rabarbari, þiðnað ef frosinn
- 2 tsk appelsínubörkur, rifinn
- ⅛ teskeið Múskat
- ¼ tsk Malað engifer
- 8 Oreo smákökur

LEIÐBEININGAR:

a) Blandið vatni og sykri saman í þungum potti við miðlungs lágan hita.

b) Hrærið þar til sykur leysist upp og aukið hitann í háan.

c) Þegar sírópið byrjar að sjóða skaltu hræra í restinni af hráefnunum, nema smákökum.

d) Lækkið hitann í lágan og látið malla í 20-25 mínútur eða þar til rabarbarinn er mjúkur.

e) Flyttu rabarbara í skál með skál.

f) Hækkið hitann í háan og sjóðið sírópið í 10 mínútur eða þar til sírópið er minnkað um ⅓.

g) Hellið sírópi yfir rabarbara.

h) Berið fram með Oreo kökum.

55. Jarðarberjasorbet með Oreo smákökum

Gerir: 1 skammt

HRÁEFNI:

- 2 dósir Jarðarber í sírópi
- 2 tsk ferskur sítrónusafi
- 1 tsk Vanillu essens
- 3 bollar Fersk jarðarber í fjórðungi
- 2 tsk Sykur
- 2 matskeiðar Balsamic edik
- 4 Oreos, mulið

LEIÐBEININGAR:

a) Settu niðursoðnu jarðarberin, sítrónusafann og vanilluþykknið í blandara eða matvinnsluvél og blandaðu þar til mjúkt, um það bil 1 mínútu.

b) Flyttu blönduna yfir í ísvél.

c) Vinnið samkvæmt leiðbeiningum framleiðanda.

d) Setjið fersk jarðarber í miðlungs skál.

e) Stráið sykri yfir og blandið þeim vandlega.

f) Bætið balsamikedikinu út í og hrærið varlega. Látið standa í 15 mínútur, hrærið af og til.

g) Skellið jarðarberjasorbetinu í skálar. Skiptið jarðarberjum yfir sorbet.

h) Setjið safann sem safnast hefur í skálina yfir jarðarberin, stráið síðan Oreos yfir jarðarberin og berið fram.

56. Oreo Cream Puffs

Gerir: 18 rjómabollur

HRÁEFNI:
SÚKKULAÐI KRAQUELIN ÁLAGI
- ½ bolli dökkur púðursykur
- 7 matskeiðar ósaltað smjör, mildað
- 14 matskeiðar All Purpose hveiti
- 2 matskeiðar hollenskt unnið kakóduft, sigtað

RJÓMABÚÐAR
- ½ bolli nýmjólk
- ½ bolli Vatn
- ½ bolli ósaltað smjör, í teningum, við stofuhita
- 1 matskeið hvítur sykur
- 1 tsk Salt
- 1 bolli All Purpose hveiti
- 4 egg

OREO ostakökufylling
- 40 Oreos
- 24 aura Mascarpone ostur
- 2 bollar Heavy Cream, kælt
- 2 tsk Vanilla
- 1 ½ bolli sælgætissykur

LEIÐBEININGAR:
CRAQUELIN TOPPING
a) Bætið öllu hráefninu í skál og stappið síðan saman með sleif þar til deig myndast.
b) Setjið deigið á milli 2 stykki af smjörpappír, fletjið deigið síðan út og miðið við tiltölulega jafna ferhyrning.
c) Settu inn í frysti í að minnsta kosti 30 mínútur á meðan þú gerir chouxinn.

AÐ GERÐA CHOUX
d) Forhitið ofninn í 475°F. Útbúið 2 bökunarplötur með því að klæða þær með bökunarpappír.

e) Undirbúið líka sætabrauðspoka með því að bæta við venjulegum ½" þjórfé.

f) Í meðalstórum potti yfir miðlungshita, bætið við mjólk, vatni, smjöri, 1 msk sykri og salti og látið suðuna koma upp, hrærið af og til.

g) Bætið hveiti í pottinn, allt í einu, og byrjaðu að hræra mjög hratt.

h) Haltu áfram að elda, hrærðu kröftuglega, þar til þurr filma byrjar að myndast á botni og hliðum pottsins. Takið af hitanum.

i) Setjið deigið í hrærivél sem er með söðulfestingunni og þeytið í um það bil 30 sekúndur til mínútu til að kæla deigið niður.

j) Bætið einu eggi út í og þeytið þar til það er alveg innblandað.

k) Haltu áfram að bæta eggjum út í einu í einu, tryggðu að hvert þeirra sé alveg innifalið áður en því næsta er bætt út í, skafa af og til á hliðum skálarinnar.

l) Eftir 4. eggið skaltu fjarlægja róðurinn úr vélbúnaðinum og setja hann djúpt í deigið.

BAKA

m) Bætið deiginu í pípupokann og leggið beint á bökunarplötur með bökunarpappír.

n) Skerið 18 umferðir úr köldu craquelin-áleggginu, um það bil sama þvermál og rjómabollurnar.

o) Settu hverja umferð á pípulaga rjómabollu, þrýstu henni létt niður til að festa hana.

p) Settu inn í 475°F ofninn í nákvæmlega 1 mínútu og slökktu síðan strax á ofninum. Eftir 9 mínútur skaltu kveikja aftur á ofninum í 350°F og baka í 10 mínútur til viðbótar.

q) Snúðu pönnum og bakaðu í 10 mínútur í viðbót, eða þar til rjómabollurnar eru orðnar þeyttar.

r) Látið rjómabollurnar kólna í 30-45 mínútur í sprungnum ofni.

OREO FYLLING

s) Blandið Oreo fyllingunni og mascarpone ostinum saman í stóra skál þar til það hefur blandast vel saman.

t) Blandið rjómanum, sælgætissykrinum og vanillu saman þar til stífir toppar hafa myndast.

u) Bætið mascarpone blöndunni saman við þeytta rjómann og blandið saman þar til það hefur blandast vel saman.

v) Blandið svo fínmulnu Oreos saman við.

w) Skerið toppinn af hverri rjómabollu. Notaðu skeið eða sprautupoka með stórum stjörnuodda, fylltu hverja rjómabollu með fyllingu.

x) Settu síðan toppinn aftur og njóttu strax eða geymdu í ísskáp þar til tilbúinn til framreiðslu.

57. O range og ananas Oreo Parfait

Gerir: 4 skammta

HRÁEFNI:

- 2 appelsínur, skrældar og sneiddar
- 1 bolli niðursoðinn ananasbitar
- 1 tsk Rifin engiferrót
- Myntublöð, til að skreyta
- 4 Oreos kökur

LEIÐBEININGAR:

a) Í lítilli skál, sameina appelsínur, ananas og engifer; kasta til að klæðast.
b) Skiptið í fjögur parfait glös.
c) Skreytið með myntu og berið fram með Oreos.

58. Banana oreo búðingur

Gerir: 3 skammta

HRÁEFNI:
- 2 bollar sykur
- ⅔ bolli hveiti
- ¼ tsk Salt
- 1 tugi eggjarauður
- 1½ tsk Vanilla
- 4 bollar Mjólk
- 1½ pokar af Oreo smákökum, mylja
- Helmingur þeirra, 20 oz. stærð
- 10 bananar, skornir í sneiðar
- Marengs
- Tugir eggjahvítur
- 1 tsk Vanilla
- ½ bolli Sykur

LEIÐBEININGAR:
a) Hitið ofninn í 4540 gráður. Blandið saman sykri, hveiti, salti, eggjarauðu og mjólk; elda í tvöföldum katli þar til þykkt.
b) Takið af hitanum og bætið vanillu út í. Í 2 eða 3 lítra fat, lag muldar Oreo smákökur, bananar og vanilósa, gerðu nokkur lög. Klæðið hliðar fatsins með heilum smákökum, leggið yfir með restinni af hráefninu.
c) Marengs: Þeytið hvíturnar þar til toppar myndast. Bætið vanillu og sykri út í. Smyrjið á búðing; bakið þar til það er brúnt.

59. O reo myntu ís

Gerir: 1 skammt

HRÁEFNI:
- ⅔ bolli Oreo; gróft saxað
- 2 stór egg
- ¾ bolli sykur
- 2 bollar Þungur eða þeyttur rjómi
- 1 bolli Mjólk
- 2 tsk piparmyntuþykkni

LEIÐBEININGAR:
a) Setjið kökurnar í skál, lokið á og kælið. Þeytið eggin í blöndunarskál þar til þau verða ljós og ljós, 1-2 mínútur. Þeytið sykurinn út í, smá í einu og haltu síðan áfram að þeyta þar til hann er alveg blandaður, um 1 mínútu í viðbót. Hellið rjóma og mjólk út í og þeytið saman. bætið piparmyntuþykkni út í og blandið aftur.
b) Flyttu blönduna yfir í ísvél og frystu samkvæmt leiðbeiningum framleiðanda. Eftir að ísinn hefur stífnað, um 2 mínútum áður en hann er tilbúinn, bætið við söxuðum smákökum og haltu síðan áfram að frysta þar til ísinn er tilbúinn.

60. Oreo blackout kaka

Gerir: 1 skammt

HRÁEFNI:

- 27 Original Oreos; smátt mulið (þar á meðal fylling)
- 5 matskeiðar smjör; bráðnað
- 16 Original Oreo smákökur; gróft mulið (þar á meðal fylling)
- 2¼ bolli hveiti
- 1½ teskeið Hver: lyftiduft og matarsódi
- ½ bolli smjör
- 1⅓ bolli sykur
- 3 egg; aðskilin
- ⅔ bolli Sýrður rjómi
- 2½ aura hálfsætt súkkulaði; bráðnað
- ½ tsk vanilluþykkni
- 1⅓ bolli vatn
- 5 tsk Mýkt smjör
- 2½ bolli Sigtaður sælgætissykur
- ¾ tsk vanilluþykkni
- ¼ bolli mjólk; (u.þ.b.)
- 5 matskeiðar Mýkt smjör
- 2⅓ bolli Sigtaður sælgætissykur
- ¼ Dökkt kakó
- ½ tsk vanilluþykkni
- ¼ bolli mjólk eða þungur rjómi; (u.þ.b.)
- Auka mulið upprunalega Oreos
- Miniature Oreos eða upprunalega Oreos skornir í fjórðu

LEIÐBEININGAR:

a) Skorpa: Smyrjið tvö 9 tommu kökuform og klæðið hvert með hring af smjörpappír eða vaxpappír; setja til hliðar. Myljið Oreos í matvinnsluvél eða með kökukefli. Í skál, sameina mola með bræddu smjöri; klappaðu í botninn á einni tilbúnu pönnu. Bakið við 350 gráður í 5 mínútur. Setja til hliðar.

b) Kaka: Blandið saman grófmuldum Oreo smákökum, hveiti, lyftidufti og matarsóda í skál; setja til hliðar. Í annarri skál, þeytið smjör og sykur þar til það er loftkennt. Þeytið eggjarauður, sýrðan rjóma, bræddu súkkulaði og vanillu saman við.

c) Bætið vatni í einu saman og hrærið til að blanda saman. Brjótið saman þurrefnunum; þeytið á meðalhraða í 1 mínútu.

d) Þeytið eggjahvítur þar til mjúkir toppar myndast. Brjótið í deigið með höndunum. Skiptið deiginu á milli pönnuna; einn er með kökubotn, annar ekki. Bakið við 350 gráður þar til kakan byrjar að springa aftur þegar hún er snert, 15 til 25 mínútur. Neðsta lagið með kökuskorpunni mun taka um 5 mínútur lengur að baka.

e) Fjarlægðu kökulögin af formunum og kældu í kæli.

f) Fylling: Blandið saman smjöri, sælgætissykri og vanillu í skál. Bætið við nægri mjólk til að dreifingin verði samkvæm.

g) Setjið kælt lag með kökubotni á disk. Geymið smá fyllingu fyrir skreytið, dreifið restinni af fyllingunni yfir þetta lag.

h) Frosting: Blandið saman smjöri, sælgætissykri, kakói og vanillu í skál. Bætið við nægri mjólk til að dreifingin verði samkvæm. Setjið afganginn af laginu yfir fyllinguna og dreifið síðan á frosting.

i) Skreytið: Þrýstið fleiri muldum Oreo-kökum utan um hliðar kökunnar. Notaðu sætabrauðspoka til að pípa frátekna hvíta fyllingu ofan á til að gera smá ský. Ýttu litlu Oreo eða fjórðungi af upprunalegu Oreo í hverja púst.

61. Oreo kex Tube kaka

Gerir: 6 skammta

HRÁEFNI:
- 25 Oreo smákökur
- 3 bollar hveiti
- 1½ bolli sykur
- 1¼ bolli Mjólk
- 1 bolli stytting, smjörbragðbætt
- 1½ tsk Salt
- 1 tsk vanilluþykkni
- 4 egg, stór
- 3 matskeiðar stytting, smjörbragðbætt
- 1 matskeið Mjólk
- 1 matskeið maíssíróp

LEIÐBEININGAR:
a) Forhitið ofninn í 350. fitu og hveiti 9 tommu riflaga rörpönnu. Skerið hverja kex í fernt. Í stórri skál, með hrærivél á lágum hraða, þeytið hveiti og restina af innihaldsefnum nema smákökum og súkkulaðigljáa þar til það er blandað saman.
b) Auktu hraðann í háan; slá 2 mínútur, skafa skál. skeið um ¾ bolli af deigi í pönnu. Hrærið niðurskornum smákökum varlega í afganginn af deiginu og setjið í sömu pönnu.
c) Bakið í 50 mínútur eða þar til kakan springur aftur þegar hún er snert létt með fingri (tannstönglarprófið virkar ekki). Kældu köku á pönnu á vír grind 10 mínútur; fjarlægðu af pönnu; kælt á grind.
d) Þegar kakan er orðin köld skaltu útbúa súkkulaðigljáa. Settu grind með köku yfir stóran disk til að ná dropi, helltu síðan heitum gljáa ofan á og hlið kökunnar.
e) Súkkulaðigljái: Hitið súkkulaðibita, matlegg, mjólk og maíssíróp í 1 lítra potti við lágan hita, hrærið stöðugt þar til bráðið og slétt.

62. Oreo miðar

Gerir: 6 skammta

HRÁEFNI:
- 1½ bolli sælgætis (duft)sykur
- ¼ bolli Vatn
- 1½ tsk Vanilla
- 3 aura Grænmetisstytting

LEIÐBEININGAR:
a) Þeytið öll hráefnin saman í stórri skál þar til blandan er orðin þétt og loftkennd. Gerir: 1-¼ bollar.

63. Oreo kirsuberja súkkulaði rjóma parfaits

Gerir: 1 skammtur

HRÁEFNI:

- 1 pakki (4 skammtastærðir) Royal® kirsuberjamatín
- 1 bolli sjóðandi vatn
- 1 bolli kalt vatn
- 7 Fudge hjúpaðar oreo® súkkulaðisamlokukökur; skipt
- 1½ bolli Tilbúið þeytt álegg

LEIÐBEININGAR:

a) Leysið upp gelatín í sjóðandi vatni; hrærið í köldu vatni. Hellið í 8 x 8 x 2 tommu bökunarform. Kælið þar til það er stíft.

b) Grófsaxið 5 smákökur; brjótið saman í þeyttan álegg. Skerið gelatín í teninga.

c) Hellið helmingnum af matarlímsteningunum í 4 parfait glös; toppið með helmingnum af þeyttu áleggsblöndunni. Endurtaktu lög. Kælið þar til framreiðslutími. Haltu kexunum sem eftir eru í helming; nota til að skreyta parfaits.

64. Oreo kex skorpu án baka hvít súkkulaðikaka

Gerir: 1 köku

HRÁEFNI:
- 1 8\" Oreo smákökuskorpa
- 10½ aura hvítt súkkulaði
- 12 aura rjómaostur
- 2½ aura smjör
- 2½ aura sykur
- 1 tsk vanilluþykkni

LEIÐBEININGAR:
a) Blandið saman smjöri og sykri í hrærivél í um það bil 2 mínútur.
b) Bætið við rjómaosti og vanillu og haltu áfram að kreista í um það bil 10 mínútur. Settu upp tvöfaldan katla á meðan þú kreistir og tempraði súkkulaði rólega til að bráðna.
c) Þegar það er alveg bráðið, bætið við rjómaostablöndunni og blandið þar til það hefur blandast saman. Hellið blöndunni í bökuskelina og sléttið út toppinn.
d) Setjið í ísskáp í að minnsta kosti 2 klukkustundir eða þar til það hefur stífnað.
e) Skerið í áttundu og berið fram með uppáhalds ávaxtasósunni þinni.

65. Oreo kex gleði

Gerir: 12 skammta

HRÁEFNI:

- ½ stafur smjörlíki
- 1 pakki Oreo kex
- 2 kassar instant vanillubúðingur
- 1 öskju (8-oz) rjómaostur
- 1 öskju (12 oz) köld svipa
- 1 matskeið vanilluþykkni

LEIÐBEININGAR:

a) Bræðið ½ stöng af smjöri
b) Penslið upp pkg Oreo smákökur og blandið í fat með bræddu smjöri
c) Settu ½ lag af kökublöndunni í 9x13 pönnu
d) Blandið saman: búðingi, rjómaosti, köldum þeyti og vanillu
e) Dreifið blöndunni yfir kökulagið
f) Leggið afganginn af kökublöndunni ofan á
g) Geymið í kæli áður en það er borið fram

66. Oreo kex grashoppa baka

Gerir: 6 skammta

HRÁEFNI:

- 2½ bolli Miniature Marshmallows
- 4 aura smjör
- ½ bolli Mjólk
- 3 matskeiðar Creme de menthe
- 1 bolli þeyttur rjómi (enginn sykur)
- 14 Oreo kex, muldar í blandara

LEIÐBEININGAR:

a) Hitið marshmallows í mjólk þar til það er uppleyst - kælið aðeins, bætið við Creme De Menthe. Kælið vel

b) Blandið þeyttum rjóma saman við. Blandið smjöri við mola og þrýstið í 9X9 pönnu, hellið fyllingu ofan á með nokkrum mola og kælið.

67. Oreo óhreinindabúðingur

Gerir: 1 skammt

HRÁEFNI:
- 1 poki Oreo smákökur; mulið
- 1 Askja vanillu instant pudding; (blanda eins og mælt er fyrir um)
- 1 ílát Cool Whip; (blandið saman við búðing)

LEIÐBEININGAR:
a) Setjið smákökur, Cool Whip & pudding blanda, smákökur, Cool Whip & pudding blanda þar til allt er farið.
b) Kælið í 2 tíma og berið svo fram. Gott í um 3 daga.

68. Oreo hnetusmjörsbaka

Gerir: 8 skammta

HRÁEFNI:

- 1 Oreo tertuskorpa
- 1 eggjahvíta; örlítið barinn
- 1 pakki (3 aura) rjómaostur; mýkt
- ⅔ bolli sykur
- ⅔ bolli Gróft hnetusmjör
- 2 matskeiðar Mjólk
- 2 bollar Tilbúið þeytt álegg
- 18 OREO súkkulaðisamlokukökur; gróft saxað
- 2 matskeiðar jarðhnetur; saxað og ristað

LEIÐBEININGAR:

a) Penslið bökuskorpuna með smá eggjahvítu; bakað við 350 gráður F í 5 mínútur.

b) Kælið alveg.

c) Í stórri skál, með rafmagnshrærivél á meðalhraða, þeytið rjómaost og sykur þar til rjómakennt.

d) Bæta við hnetusmjöri og mjólk; þeytið þar til mjúkt, um 2 mínútur.

e) Brjóttu þeyttu áleggi saman við og 1¾ bollar saxaðar smákökur.

f) Dreifið í bökuskel; kældu yfir nótt.

g) Til að bera fram, stráið bökunni yfir af söxuðum smákökum og ristuðum hnetum.

69. Oreo/ísbaka

Gerir: 1 skammtur

HRÁEFNI:

- Oreo kex
- Vanillu ís
- 16 únsur. flott svipa
- Nestlé hálfsætt súkkulaði
- Sýróp

LEIÐBEININGAR:

a) Myljið smákökur í stórum potti. Eftir að ísinn hefur mýkst aðeins skaltu dreifa yfir oreo-kökurnar. Dreifið Cool whisk yfir ísinn. Dreypið súkkulaðisírópi yfir flott skip. Setjið aftur í frysti þar til það er stíft.

70. Oreo frosinn eftirréttur

Gerir: 12 skammta

HRÁEFNI:

- ⅓ bolli smjörlíki; Bráðnað
- 16 aura Hershey's Fudge
- ½ lítra vanilluís
- 1 bolli Cool Whip
- 1 pakki (15 oz) Oreo kex

LEIÐBEININGAR:

a) Myljið kökurnar. Hrærið bræddu smjörlíki saman við. Þrýstið molaskorpunni í 9" tertudisk. Skerið ísinn í sneiðar. Setjið á skorpuna. Hellið fudgeinu yfir. Frostið með Cool Whip. Stráið meira af smákökumola yfir.

b) Frysta. Takið úr frystinum 10 mínútum áður en það er skorið í sneiðar og borið fram.

71. Hvít súkkulaðimús torte með oreo kex skorpu

Gerir: 1 skammtur

HRÁEFNI:

- 24 Oreo kökur
- ¼ bolli ósaltað smjör; bráðnað
- ¾ bolli Þeyttur rjómi
- 8 aura hálfsætt súkkulaði; hakkað
- 1 pund hvítt súkkulaði; hakkað
- 3 bollar Kældur þeyttur rjómi
- 1 pakki Óbragðbætt gelatín
- ¼ bolli Vatn
- 1 tsk vanilluþykkni
- Saxaðar Oreo kex

LEIÐBEININGAR:

a) Eins og lofað var, hér er það sem ég gerði í jólaeftirréttinn. Súkkulaði ganache lagið á milli skorpu og mousse fyllingarinnar gerir þetta virkilega. Ég toppaði fullunna vöru með rauðu og grænu strái í staðinn fyrir smákökumola. Njóttu!

b) Fyrir skorpu: Smjörið 10" þvermál springform með 2¾" háum hliðum.

c) Myljið smákökur í örgjörva. Bætið bræddu smjöri út í og blandið þar til það hefur blandast saman. Þrýstið skorpublöndunni í botninn á tilbúnu pönnu. Látið rjóma malla í þungum meðalstórum potti. Dragðu úr hita niður í lágan. Bætið súkkulaði saman við og þeytið þar til það er bráðnað og slétt. Hellið súkkulaðiblöndunni yfir skorpuna. Slappaðu af.

d) Til að fylla: Blandið saman hvítu súkkulaði og 1 bolli rjóma ofan á tvöföldum katli. Hrærið yfir sjóðandi vatni þar til það er bráðnað og slétt. Takið ofan af vatni. Kælt til varla volgt. Stráið gelatíni yfir ¼ bolla af vatni í þungum litlum potti. Látið standa í 5 mínútur til að mýkjast. Hrærið við lágan hita þar til gelatíníð leysist upp. Hellið í stóra skál. Bætið 2 bollum sem eftir eru af rjóma og vanillu saman við og hrærið saman.

e) Þeytið rjóma-gelatínblönduna í mjúka toppa. Blandið hvítu súkkulaðiblöndunni saman við.
f) Hellið fyllingunni í skorpuna. Geymið í kæli þar til fyllingin hefur stífnað, að minnsta kosti 6 klukkustundir eða yfir nótt.
g) Hlaupa lítinn, beittan hníf um hliðar pönnu til að losa um torte. Losaðu pönnuhliðarnar. Stráið söxuðum kökum ofan á.

72. Valentine oreo mousse kaka

Gerir: 8 skammta

HRÁEFNI:
- 29 OREO súkkulaðisamlokukökur; skipt
- 2 matskeiðar smjörlíki; bráðnað
- 2 pakkar (3 aura) Jarðarberjagelatín
- 1 bolli sjóðandi vatn
- 1 bolli kalt vatn
- 2 bollar jarðarber; maukað
- 1½ bolli Þungur rjómi; þeytt og skipt
- Jarðarber og myntugrein til skrauts
- Haltu 3 smákökur; setja til hliðar. Rúllaðu 12 smákökur fínt; blandið saman við smjörlíki.

LEIÐBEININGAR:
a) Ýttu á molablönduna á botninn á 9 tommu springformi; standa eftir 14 kökur í kringum brún pönnu.
b) Leysið gelatín upp í sjóðandi vatni í stórri skál; hrærið köldu vatni og jarðarberjamauki út í.
c) Kælið þar til það er örlítið þykkt. Með rafmagnshrærivél á miklum hraða, þeytið gelatín þar til froðukennt, um það bil 2 mínútur.
d) Brjótið saman við 2 bolla þeyttan rjóma. Ef nauðsyn krefur, kældu þar til blandan hrúgast saman; skeið í tilbúna skorpu.
e) Kældu í 4 klukkustundir eða þar til það er stíft. Til að þjóna, fjarlægðu brún pönnu; skreytið með þeyttum rjóma sem eftir er. helmingaðar smákökur, jarðarber og myntukvist ef vill.

73. Oreo Parfait

HRÁEFNI:

- 250 ml jógúrt (bragð að eigin vali)
- 6 Oreos
- 1/4 bolli hnetur að eigin vali

LEIÐBEININGAR:

a) Undirbúðu hráefnin þín.

b) Setjið 3 msk af jógúrt í glas, bætið við muldum oreos og síðan hnetum.

c) Setjið 2 msk af jógúrt á hneturnar og endurtakið.

d) Setjið meiri jógúrt yfir þegar glasið er næstum fullt.

e) Stráið smá oreos yfir og njótið.

74. Oreo eggjalaus muggkaka

HRÁEFNI:

- 4 msk alhliða hveiti
- 3 msk mjólk
- 2 msk sykur
- 1/8 tsk lyftiduft
- 3 oreo kökur
- 1 msk vanillu essens

LEIÐBEININGAR:

a) Bætið hveiti í skál
b) Bætið við sykri, lyftidufti og fínmöluðum oreos. Blandið til að blanda saman. Myljið 1 oreo gróft og bætið út í
c) Hellið vanilluþykkni og jurtaolíu út í
d) Hellið mjólk út í, þeytið til að blanda saman
e) Hellið oreo deigi í örbylgjuofn krús
f) Bakið í 2 mínútur, skreytið með oreos

75. Krydduð appelsínu-oreo kaka

HRÁEFNI:

- 500 grömm alhliða hveiti
- 2 tsk engifer
- 2 tsk kanill
- 1 tsk negull
- 1/2 tsk múskat
- 300 gr muldar oreo kex
- 1 1/2 bolli ferskur appelsínusafi
- 1 bolli appelsínu- sykursíróp
- 150 grömm af sykri
- 200 gr smjörlíki/smjör
- 2 tsk lyftiduft
- 1 tsk vanillu essens
- 2 egg
- 1/4 bolli rúsínur
- 1/4 bolli ferskur rjómi
- 1/2 bolli niðursoðinn appelsínuhýði

LEIÐBEININGAR:

a) Sigtið allt þurrefnin í skál og setjið til hliðar
b) Hrærið sykurinn og smjörlíkið þar til létt og ljóst
c) Bætið eggjunum út í einu í einu og þeytið. Bætið svo vanilludropum út í
d) Bætið ferska rjómanum út í og blandið saman
e) Bætið við sykraða appelsínuberkinum
f) Bætið appelsínusykursírópinu út í um leið og þú þeytir
g) Bætið mulið oreo út í
h) Bætið rúsínunum út í og blandið saman
i) Blandið þurrefnunum saman við til skiptis með appelsínusafa til að búa til deig
j) Hellið deiginu í smurt bökunarform og bakið við @170°C í 1 klst. Njóttu.

76. Avókadó Oreo Parfait

HRÁEFNI:

- 1 avókadó
- 1 pakki Oreos
- 1/2 bolli Hafrar
- 1 bolli hrein jógúrt

LEIÐBEININGAR:

a) Skerið avókadó í litla bita
b) Bætið avókadóinu við botninn á glasinu. Bætið höfrum við og þrýstið varlega á til að búa til flatt jafnt lag. Hellið venjulegri jógúrt ofan á hafrana. Bætið við muldum oreos
c) Skreytið með meira söxuðu avókadó og strá af höfrum
d) Njóttu.

77. Death by súkkulaði Oreo köku

HRÁEFNI:

- 2 1/2 bollar hveiti
- 1 1/2 bollar sykur
- 2 tsk lyftiduft
- 3/4 bolli olía
- 4 egg
- 1/2 bolli heitt vatn
- 100 grömm súkkulaði
- 100 grömm Oreos (2 pakkar)
- 5 matskeiðar kakó

LEIÐBEININGAR:

a) Bræðið súkkulaði í heita vatninu þar til það er fljótandi

b) Blandið öllu hráefninu saman í einni skál hellið bræddu súkkulaðinu út í og blandið saman.

c) Raðið einum pakka af Oreos neðst á bökunarformi og hellið deigi yfir.

d) Bakið við 180 gráður í 60 mín.

e) Bætið myntu við til að fá frábært myntu súkkulaðikökubragð.

78. Oreo, súkkulaði avókadó mús

HRÁEFNI:

- 3 þroskuð avókadó
- 1-11/2 pakki Oreo kex mulið
- 1 bolli kæld mjólk
- 1/4 bolli kælt vatn
- 11/2 tsk skyndikaffi
- 3-4 msk kakóduft
- 1/2 tsk myntuþykkni
- 1/2 tsk vanilluþykkni
- 3-4 msk sykur

LEIÐBEININGAR:

a) Þvoðu avókadó og þurrkaðu þau á eldhúsþurrku, afhýddu og fjarlægðu avókadókvoða og hafðu til hliðar.

b) Bætið avókadómassa, sykri, myntuþykkni, vanilluþykkni, kakódufti, skyndikaffi, kældri mjólk í blandara og blandið vel saman þar til það er slétt. Ef blandan er of þykk til að blandast saman skaltu bæta við köldu vatni og blanda því aftur. Haltu til hliðar

c) Með hjálp kökukefli og myldu Oreo kex og geymdu til hliðar.

d) Til að setja saman: Bætið avókadóblöndunni í skálar með skeið, bætið við lag af mulnu Oreo kex, bætið aftur lagi af avókadóblöndu og bætið að lokum meira mulnu Oreo kex ofan á, skreytið með bláberjum, hindberjum og hálfu af Oreo kex og hyljið skálarnar og kælið í 30mín-1 klst. eða þjóna beint.

79. Oreo og karamellu eftirréttur

HRÁEFNI:

- 1 Pakki Karamellu Eftirrétt blanda
- 100 g rjómi
- 1 bolli Whippy Whip
- 4 hálfrúllur Oreo kex
- 100 ml vatn
- 4 msk þétt mjólk

LEIÐBEININGAR:

a) Í hrærivél, bætið mjólk, rjóma og búðingblöndu saman við og þeytið þar til það þykknar.

b) Skerið út í skál og geymið í ísskáp.

c) Búðu til mola úr oreos.

d) Þeytið þeytta písk með oreos og þéttri mjólk (ef þarf)

e) Taktu nú 2 glös, búðu til botn með oreo mola, helltu yfir karamellubúðing og svo þeyttum rjóma.

f) Endurtaktu allt ferlið þar til glösin fyllast. stráið afgangi af oreo mola yfir

g) Kælið og berið fram.

80. Nutella Oreo Sundae

HRÁEFNI:

- 1/4 bolli oreo mola eða hvaða brownie sem er
- 1/4 bolli þeyttur rjómi
- 1/4 bolli Nutella
- 1/4 bolli hálfsætt matreiðslusúkkulaði

LEIÐBEININGAR:

a) Í krukku eða glasi er fyrsta lagi af kremi á þessu krem bætt við oreo mola

b) Á oreo dreypið hnetubragði eins og Nutella yfir það hellið bræddu matreiðslusúkkulaði

c) Endurtaktu það nú aftur og berðu fram

81. Minion Oreos

Gerir: 12

HRÁEFNI:
- 2 bollar gult nammi bráðnar
- 2 tsk kókosolía
- 12 Oreo kökur
- 20 sælgætisaugu
- ½ stafur smjör mýkt
- 1 bolli sælgætissykur
- 1 msk mjólk
- Svartur gel matarlitur

LEIÐBEININGAR:
a) Klæðið bökunarplötu með vaxpappír. Í örbylgjuþolinni skál skaltu örbylgjuofna gula nammið og kókosolíu með 30 sekúndna millibili þar til það er alveg bráðnað. Blandið vandlega saman.
b) Setjið hverja kex á kaf í bráðið nammi og tryggið að hún sé alveg hjúpuð. Leggðu varlega hverja hjúpaða Oreo á bökunarplötuna þína.
c) Settu augu í miðju hvers sælgætishúðaðs Oreo. Þú getur skipt á milli þess að setja tvö augu eða eitt auga.
d) Notaðu rafmagnshrærivél, blandaðu saman smjöri, sykri og mjólk. Blandið á háu þar til smjörkrem myndar stífa toppa.
e) Bætið 2 litlum dropum af svörtum gel matarlit út í smjörkremið og blandið saman þar til það er alveg litað (það ætti að vera grátt í skugga). Setjið ⅓ af gráu smjörkremsblöndunni til hliðar í lítilli skál.
f) Settu afganginn af smjörkreminu þínu í sprautupoka og frostaðu varlega í kringum hvert auga Minion þíns. Þetta mun virka sem hlífðargleraugu þeirra. Næst skaltu frosta tvær beinar línur hvoru megin við augun.
g) Taktu afganginn af smjörkreminu (þ.e.: litlu skálina þína sem var sett til hliðar) og bættu við 2 litlum dropum til viðbótar af svörtum gel matarlit. Smjörkremið þitt ætti að vera svart eða

dökkgrátt í skugga. Settu í frostandi bak og frost hár á hverjum Minions þínum.

h) Leyfðu öllu að stilla og njóta!

82. Oreo súkkulaði rúlla

Gerir: 12 rúllur

HRÁEFNI:
DEIGIÐ
- 600 g sterkt hvítt brauðhveiti (auk aukalega til að rykhreinsa)
- 14 g þurrkað virkt ger
- 75 g flórsykur
- 90 g ósaltað smjör
- 300 ml full feit mjólk
- 1 tsk vanilluþykkni
- 1 meðalstórt egg
- 100 g oreos (fínt mulið)

FYLLINGIN
- 45 g ósaltað smjör (brætt)
- 125 g ljós púður mjúkur sykur
- 50 g oreos (fínt mulið)
- 15 g kakóduft
- 100 g oreos (hakkað)

ÁLAGIÐ
- 300 g flórsykur
- 3-4 msk vatn
- 1 tsk vanilluþykkni
- oreos (hakkað)

LEIÐBEININGAR:
a) Sigtið hveitið í stóra skál og bætið flórsykrinum, gerinu og fínmöluðu oreos saman við. Blandið þessu saman svo allt dreifist jafnt.
b) Nuddaðu smjörinu inn í blönduna svo það líkist brauðmylsnu.
c) Hitið mjólkina varlega þar til hún er orðin volg - Ef gerið þitt þarf að virkja skaltu bæta því við volgu mjólkina.
d) Bætið mjólk, vanillu og eggi saman við þurrefnin.
e) Hnoðið deigið saman í 7-10 mínútur. Það verður klístur í fyrstu, en það mun fljótlega koma saman.

f) Þegar það hefur verið hnoðað verður það fjaðrandi að snerta og ekki klístrað.

g) Setjið yfir í létt smurða skál og hyljið toppinn á skálinni með matarfilmu. Látið hefast í 1-2 klukkustundir, eða þar til það hefur tvöfaldast að stærð.

h) Þegar deigið hefur lyft sér, færið það yfir á létt hveitistráða vinnuborð og fletjið út í stóran ferhyrning. Minn endar um 50cmx30cm.

i) Penslið yfirborðið varlega með bræddu smjörblöndunni þar til það er jafnt dreift.

j) Bætið ljósum mjúkum púðursykri, fínmöluðu oreos og kakódufti í skál og blandið stuttlega saman.

k) Stráið þessu jafnt yfir brædda smjörflötinn og þrýstið niður. Stráið söxuðum oreos yfir.

l) Veltið deiginu frá langhlið til langhliðar þannig að ~löng pylsa~ myndast. Skerið þetta jafnt í 12 bita.

m) Ég skar miðjuna og síðan tvo helmingana í tvo í viðbót og síðan hvern í þrjá hluta til að fá mína 12.

n) Með því að nota stórt ferhyrnt bökunarform, mitt var 30cmx24cm gróflega, settu þá í.

o) Hyljið fatið með filmu og látið hefast í klukkutíma eða svo. Í lokin ættu þeir allir að snerta.

p) Undir lok deigsins er ofninn hitaður í 180ºc/160ºc blástur þannig að þegar því er lokið geturðu sett það beint inn í ofninn.

q) Bakið í ofni í 25 mínútur, þar til gullinbrúnt og eldað í gegn.

r) Látið kólna og búið svo til kremið. Blandaðu einfaldlega flórsykrinum, vanilluvatninu saman þar til þykkt flórdeig myndast og helltu svo yfir rúllurnar.

s) Stráið oreos yfir! Njóttu!

DRYKKUR & SMOOTHIES

83. Oreo Boba te

Gerir: 2

HRÁEFNI:
- 1 bolli te svart eða grænt
- ½ bolli hraðeldaðar tapíókaperlur
- 1 matskeið sykur hvítur sykur
- 1 bolli ósykrað haframjólk
- 4 Oreo kökur
- 1 handfylli af ísmolum til framreiðslu

LEIÐBEININGAR:
a) Bætið 1 tepoka eða 2 tsk af lausblaðatei við 1 bolla af soðnu vatni.
b) Látið malla í 5 mínútur og látið kólna alveg.
c) Í millitíðinni, myldu Oreos annað hvort í blandara, ziplock poka eða á skurðbretti. Setja til hliðar.
d) Bætið tapíókaperlum á pönnu fulla af sjóðandi vatni.
e) Látið malla í 5-6 mínútur.
f) Geymið 3 matskeiðar af sjóðandi vatni. Fjarlægðu síðan perlur af hitanum og síaðu.
g) Hyljið með fráteknu vatni og sykri. Hrærið vel og setjið til hliðar.
h) Til að bera fram skaltu bæta tapíókakúlum í stórt glas. Fylltu síðan glasið af ísmolum.
i) Bætið við kældu tei. Blandið muldum Oreos saman við mjólk og bætið blöndunni í glasið þitt.
j) Hrærið vel og stillið að smekk.
k) Bættu við valfrjálsu áleggi eins og þeyttum rjóma, meira muldum Oreos eða súkkulaðisósu.

84. Súkkulaði myntu oreo drykkur

Gerir: 1 Afgreiðsla

HRÁEFNI:
- 3 skeiðar vanilluís
- 2 Oreo smákökur, muldar
- 2 Andes Creme de Menthes
- 10 aura mulinn ís
- 1¼ únsa hvít creme de menthe
- 1¼ únsa White Creme de cacao

LEIÐBEININGAR:
a) Hellið í blandara og blandið í tvær mínútur á miklum hraða.

85. Mokka Karamellu Oreo Malted Milkshake

Gerir: 2

HRÁEFNI:
- 6 skeiðar Blue Bell kaffiís
- 6 Mokka Caramel Latte Oreos
- 2 matskeiðar maltað mjólkurduft
- 1/4 bolli Mjólk

LEIÐBEININGAR:
a) Setjið allt hráefnið í blandarann.
b) Blandið vel saman þar til allt hefur blandast vel saman og slétt rjómalöguð áferð hefur náðst.

86. Oreo kokteill með Baileys

Gerir: 3 kokteila

HRÁEFNI:
- 2 skot af Baileys
- 1 skot af vanillu vodka
- ½ skot af piparmyntulíkjör
- 1 skot af mjólk
- 2 meðalstórar skeiðar af vanilluís
- 5 Oreo kökur

LEIÐBEININGAR:
a) Settu öll innihaldsefnin í blandara ásamt um það bil 6 aura af ís. Blandið þar til slétt.
b) Berið fram í kældu fellibylsglasi með strái. Skreytið með ferskri myntu ef vill.

87. Oreo Cookie Martini

Gerir: 1

HRÁEFNI:
- 1 eyri vodka
- 1 eyri Creme de Cacao
- 1 eyri hvít súkkulaðilíkjör
- Felgur: Súkkulaðisíróp, Crushed Oreos
- Oreo kex

LEIÐBEININGAR:

a) Rífðu brúnina á martini glasi með því að nota súkkulaðisíróp og mulið Oreos. Setja til hliðar.

b) Í hristingarglasi með ís, blandaðu saman vodka, creme de cacao og hvítum súkkulaðilíkjör.

c) Hristið vel.

d) Dreypið súkkulaðisírópi í martini-glas með kantinum og síið blandað yfir.

e) Skreytið með Oreo kex.

88. Oreo hvítur rússneskur

Gerir: 1 Drykkur

HRÁEFNI:
- hunang
- 1 matskeið mulið Oreos
- 1½ aura vodka
- 1½ aura kaffilíkjör
- 3 aura mjólk

LEIÐBEININGAR:
a) Notaðu tannstöngul til að kanta glasið með hunangi. Settu auka muldu Oreos á disk og dýfðu glasinu í staðinn til að festa Oreo við brúnina.
b) Settu 3 stóra ísmola í bollann og 3 í viðbót í hristarann
c) bætið vodka, líkjör, Oreos og mjólk í hristarann og lokið.
d) Hristið kröftuglega í 15 sekúndur.
e) Sigtið drykkinn í glasið og berið fram.

89. Frosið súkkulaði Margarita

Gerir: 1 Margaríta

HRÁEFNI:
- 1 bolli súkkulaðiís
- 1 ½ aura tequila
- 1 eyri appelsínulíkjör
- ½ bolli ís
- Súkkulaðispænir til að skreyta

LEIÐBEININGAR:
a) Blandið öllu hráefninu, nema súkkulaðispænunum, saman í blandarann og blandið þar til slétt.
b) Hellið í Margarita glas og skreytið með súkkulaðispæni.

90. Súkkulaði myntu oreo drykkur

Gerir: 1 skammtur

HRÁEFNI:
- 3 skeiðar vanilluís
- 2 Oreo smákökur, muldar
- 2 Andes Creme de Menthes
- 10 aura mulinn ís
- 1¼ únsa hvít creme de menthe
- 1¼ únsa White Creme de cacao

LEIÐBEININGAR:
Hellið í blandara og blandið í tvær mínútur á miklum hraða.

91. Oreo mjólkurhristingur með minni fitu

Gerir: 1 skammtur

HRÁEFNI:
- 18 minni fitu Oreo súkkulaði samlokukökur; skipt
- 1½ pint vanilluís; skipt
- ½ bolli Mjólk
- ¼ bolli síróp með súkkulaðibragði

LEIÐBEININGAR:
a) Grófsaxið 14 smákökur. Í rafmagnsblöndunaríláti, blandaðu hakkuðum smákökum, 1 lítra ís, mjólk og súkkulaðisírópi þar til það er vel blandað og slétt, um það bil 1 til 2 mínútur.
b) Hellið í 4 (8-eyri) glös; toppið hvern með skeið af afganginum af ís og kex. Berið fram strax.

92. Oreo hraðavagn

Gerir: 1 skammtur

HRÁEFNI:
- 2 aura Kahlua
- 2 skeiðar Vanilluís
- 3 Oreo kökur

LEIÐBEININGAR:
a) Sameina 2 oz. af Kahlua, 2 skeiðar af vanilluís og 3 muldar oreo smákökur. Blandið þar til slétt.

93. Caramel Fudge & Oreo Milkshake

HRÁEFNI:

- 5 skeiðar saltkaramelluís
- Súkkulaðisíróp
- 2 bollar mjólk
- Ég stykki af fudge
- 3 Oreos

LEIÐBEININGAR:

a) Bætið öllu hráefninu í blandara og blandið í 5 mínútur

b) Berið fram og njótið.

94. epli, banana, oreo og kanil

HRÁEFNI:

- 2 þroskaðir bananar
- 1 epli
- 1/2 tsk kanill
- 500 ml mjólk/jógúrt
- Oreos

LEIÐBEININGAR:

a) Afhýðið eplin og bananana, saxið þá og bætið í blandarann.
b) Bætið mjólkinni og kanilduftinu í blandarann og blandið blöndunni saman.
c) Myljið einn eða tvo oreos til að bæta við bragði
d) Hellið smoothie í glas og stráið oreo yfir á smoothie.

95. Oreo KitKat mjólkurhristingur

HRÁEFNI:

- 1 glas mjólk
- 4 stykki oreo
- 1 bar KitKat
- 75 ml vanilluís

LEIÐBEININGAR:

a) Blandið síðan í glas.

b) Skreytið með oreo kex.

96. Jarðarberja Oreo mjólkurhristingur

HRÁEFNI:
- 6/7 jarðarber
- 2 Oreo kex
- 2 matskeiðar sykur
- 1 bolli mjólk
- 2 tsk súkkulaðisíróp (má sleppa)
- 1/2 tsk stökk (valfrjálst)

LEIÐBEININGAR:

a) Bætið jarðarberjum, Oreo, sykri og mjólk í blandarann og blandið þar til mjúkt.

b) Bætið súkkulaðisírópinu í mynstur og smá strá eins og þið viljið.

97. Oreo Nutella hristingur

HRÁEFNI:

- 3 oreos
- 1/2 bolli mjólk
- 1 msk Nutella
- teningur Ís

LEIÐBEININGAR:

a) Setjið oreo kex, bætið við mjólk og ísmolum
b) Bætið við skeið af Nutella. Byrjaðu að blanda saman. Útbúið glas með Nutella vegg og hellið í hristingarglas.
c) Setjið eina Nutella ofan á og berið fram kælda.

98. Kahlúa Oreo Milkshake

HRÁEFNI:

- 1 1/2 oz. (45ml) Kahlúa
- 1 1/2 oz. (45ml) Irish Cream
- Hálfur banani
- 5 Oreos
- Vanillu ís
- Súkkulaðisíróp
- Skreytið: Crushed Oreos

LEIÐBEININGAR:

a) Blandið saman ís, banana, oreos, Kahlua og Irish cream í blandara og blandið þar til mjúkt.

b) Skreytið glasið að innan með súkkulaðisírópi og hellið blöndunni í.

c) Skreytið með muldum oreos.

99. Barnamint Bailey's

HRÁEFNI:

- 40 ml baileys
- 20 ml creme de menthe
- 20 ml mjólk
- 3 oreo kökur
- 2 skeiðar vanilluís
- 1 skeið mulinn ís

LEIÐBEININGAR:

a) Blandið öllu hráefninu saman í blandara.
b) Skreytið með einni Oreo kex.

100. Oreo Bubble Milk Tea

Gerir: 2

HRÁEFNI:

- 1 bolli te svart eða grænt
- ½ bolli hraðeldaðar tapíókaperlur
- 1 msk sykur hvítur sykur, kornsykur o.fl
- 1 bolli mjólk ég notaði ósykraða haframjólk
- 4 Oreo kökur
- Valfrjálst
- 1 handfylli ísmolar til framreiðslu

LEIÐBEININGAR:

a) Bætið 1 tepoka eða 2 tsk af lausu lauftei við 1 bolla (235 ml) af soðnu vatni.

b) Látið malla í 5 mínútur og látið kólna alveg.

c) Í millitíðinni, myldu Oreos annað hvort í blandara, ziplock poka eða á skurðbretti. Setja til hliðar.

d) Bætið tapíókaperlum á pönnu fulla af sjóðandi heitu vatni.

e) Látið malla í 5-6 mínútur. Ábending - Athugaðu leiðbeiningarnar á boba umbúðunum þínum. Eldunartími er breytilegur eftir vörumerki!

f) Geymið 3 matskeiðar af sjóðandi vatni. Fjarlægðu síðan perlur af hitanum og síaðu.

g) Hyljið með fráteknu vatni og sykri. Hrærið vel og setjið til hliðar.

h) Til að bera fram skaltu bæta tapíókakúlum í stórt glas. Fylltu síðan glasið af ísmolum (valfrjálst, en mjög mælt með því).

i) Bætið við (kældu) tei. Blandið muldum Oreos saman við mjólk og bætið blöndunni í glasið þitt.

j) Hrærið vel og stillið að smekk. Þú getur bætt við sykri, mjólk, tei o.s.frv.

k) Bætið við valfrjálsu áleggi eins og þeyttum rjóma, meira mulið Oreos eða súkkulaðisósu.

NIÐURSTAÐA

Við vonum að þessi matreiðslubók hafi kveikt ástríðu þína fyrir öllu því sem Oreo varðar. Allt frá klassískum eftirréttum til skapandi snúninga, við höfum útvegað 100 ljúffengar og eftirlátssamar uppskriftir til að fullnægja sætu tönninni.

Oreos eru ástsæl kex og við höfum sýnt þér hversu fjölhæfar þær geta verið í eldhúsinu. Við hvetjum þig til að gera tilraunir með mismunandi bragðtegundir og aðferðir til að gera þessar uppskriftir að þínum eigin.

Takk fyrir að vera með okkur í þessari ferð. Við vonum að Oreo þráhyggja hafi veitt þér innblástur til að taka Oreo þráhyggju þína til nýrra hæða og búa til sannarlega eftirminnilega eftirrétti. Njóttu!

Ingram Content Group UK Ltd.
Milton Keynes UK
UKHW020608020623
422767UK00006B/115